இரணியன்
அல்லது
இணையற்ற வீரன்

பாவேந்தர் பாரதிதாசன்

Title: Iraniyan Allathu Inayattra Veeran

Author: Bharathidasan

Language: Tamil

First Published on: 1939

Year of Publication: 2024

Book Format: Paperback

*Page Size: 6inch * 9inch*

Category: Fiction

Subject: Drama

No. of pages: 124

ISBN: 978-81-988736-3-7

Published by: Nilan Publishers, Madurai, Tamilnadu, India

பொருளடக்கம்

குறிப்புகளுக்காக

இந்நாடகம்

*1. 9.9.1934-*இல் சென்னை வி.பி. ஹாலில், தோழர் ஈ.வெ. ராமசாமிப் பெரியார் அவர்கள் தலைமையிலும்,

*2. 20.03.1935-*இல் சென்னை ராயல் தியேட்டரில், கனம் மந்திரி ஸர். *P.T.* ராஜன், பார்-அட்-லா அவர்கள் தலைமையிலும்,

*3. 4-7-1936-*இல் வடஆற்காடு ஜில்லா, அம்பலூர் நடன விலாசத்தில், தோழர் ஈ.வே.ராமசாமிப் பெரியார் அவர்கள் தலைமையிலும்,

*4. 10.12.1938-*இல் சேலம் செண்ட்ரல் கொட்டகையில், திருவாளர், *C.G.*நெட்டோ, *MA., B.L.* அவர்கள் தலைமையிலும் நடிக்கப்பட்டிருக்கிறது.

உரிமையுரை

சுயமரியாதை இயக்கங் கண்டாரும்
பார்ப்பனரல்லாத மக்கட் குழைப்பதே
தன் கடனெனக் கொண்டாரும்
'ஜஸ்டிஸ்' என்ற நீதிக் கட்சியின் தலைவரும்
தற்போது தமிழுக்காகச் சிறையிலிருப்போருமாகிய
தமிழர் திலகம்,
அறிவின் அம்சம்,
புரட்சியின் சிகரம்,
பெரியார்
ஈ.வெ.ராமசாமி
அவர்கட்கு
இந்நூல் ஏற்புடைத்து.

நாடக பாத்திரங்கள்

இரணியன் ... தமிழ் வேந்தன்

பிரகலாதன் ... இரணியனின் மகன்; இளவரசன்

லீலாவதி ... இரணியனின் மனைவி

சித்ரபானு ... ஓர் ஆரியப் பெண்

சேனாதிபதி ... இரணியனின் சேனைத் தலைவன்

காங்கேயன் ... ஓர் ஆரியன்; சித்ரபானுவின் தமையன்

கஜகேது ... ஓர் ஆரியன்; சித்ரபானு, காங்கேயன் இவர்களின் தந்தை.

மந்திரி, தூதுவன், காவற்காரன், சேவகன், தலையாரி, குற்றஞ்சாட்டுவோன்.

மன்னர்கள், போர்வீரர்கள், கொலையாளிகள், மகரிஷிகள், ஆரியர், குற்றவாளிகள், பொதுமக்கள்.

முகவுரைக் குறிப்புகள்

1. "இங்ஙனந் தாஞ்செய்த வெறியாட்டு வேள்விகளை அழித் தமை பற்றியே அவ்வாரியர் பெரிதுஞ் சினங்கொண்டு அவ் வேளாளரையும் அவருள் அரசரான வேளிரையுந் தாசியர், இராக்கதர், அசுரர் என்று இகழ்ந்து கூறி அவரைத் தாழ்த்துதற் பொருட்டுப் பொய்யான பல புராணக் கதைகளையும் எழுதி வைப்பாராயினர்."

- மறைமலையடிகள், "வேளாளர் நாகரிகம்", (பக்கம். 36)

* * *

2. "ஆரியப் பார்ப்பனர்கள் அவசிய நிமித்தமே தமிழை உபயோகிக் கிறார்கள். அதாவது, ஆங்கிலத்தைக் கற்றுக் கொள் வதுபோல, அவர்களுக்குச் சொந்த மொழி சமஸ்கிருதமேயாகும். 'தமிழைவிட சமஸ்கிருதமே மேல்" என்பதே அவர் களின் முடிந்த முடிவு. ஆகையால் பார்பபனர்கள் தமிழரல்ல."

- ஸர்.ஏ.டி.பன்னீர்செல்வம், வேலூர் சொற்பொழிவு (27.12.38)

* * *

3. "ராமன் காலத்தில் தென் இந்தியா "தஸ்யூக்கள்" என்ற 'ராக்ஷஸர் களுக்கு'ச் சொந்தமாயிருந்தது. இவர்கள் ஆரீய முனிவர்கள் செய்துவந்த யாகத்தை எதிர்த்தார்கள். இருந்தாலும் வட இந்தியாவிலிருந்து வந்த ஆரியர்களைப் போலவே இந்த ராக்ஷஸர்கள் என்பவர்களும் நாகரீகமடைந்திருக்கிறார்கள்."

- பி.டி.சீனிவாசய்யங்கார், "இந்திய சரித்திரம் - முதற்பாகம்", (பக்கம். 19)

* * *

4."ஓ! இந்திரனே! இடியை வைத்திருப்பவனே! எங்களுடைய பிரார்த்தனையைக் கேள்! 'தஸ்யூக்களின்' மீது இடியைப் போடு! 'ஆரிய'ருடைய பலத்தையும் கீர்த்தியையும் அதிகப்படுத்து."

- "ரிக்வேதம்", அதிகாரம் 1 (103:3)

* * *

5. "நம்மைச் சுற்றி நாலா பக்கங்களிலும் தஸ்யூக் கூட்டத்தார் இருக்கிறார்களே! அவர்கள் யாகம் செய்வதில்லை அவர்கள் ஒன்றையுமே நம்புவதில்லை. அவர்களுடைய பழக்க வழக்கங்களே வேறாயிருக்கின்றன. அவர்கள் மனிதர்களே அல்ல! ஓ! எதிரிகளை அழிப்பவனே! அவர்களைக் கொல்லு! தாஸா வம்சத்தை அழித்து விடுவாயாக!"

- "ரிக்வேதம்" - அதிகாரம் 10 (22:8)

* * *

6. "ஆதிகாலத்து பிராமணர்கள் ரத்தத்தைத் தொடுவதில் அவமானப்படவில்லை. அவர்களுடைய கடவுள்களுக்கு மிருகங்களைக் கொன்று யாகஞ் செய்தார்கள்".

- டி.ஸி.ஆலன், 'இந்திய சரித்திரம்' - (பக்கம். 8)

* * *

7."காடுகளிலிருந்த மக்கள் யாரென்பது ராமருக்கும் அவரைச் சேர்ந்த ஆரியர்களுக்கும் தெரியாது. அழகில்லாதவர்களைக் குரங்குகளென்று அழைத்தார்கள். அவர்களிலேயே மிகுந்த பலமும் தைரியமும் செல்வாக்குமுடையவர்களை அரக்கர்க ளென்று அழைத்தார்கள். தென் இந்தியாவில் வசித்த மக்களே இப்பெயர்களால் அழைக்கப்பட்டார்கள்."

- சுவாமி விவேகானந்தர் "சொற்பொழிவுகளும் கட்டுரைகளும்; ராமாயணம்' - (பக்கம். 587, 589)

* * *

8. "ராமாயணக் கதை யென்பது வட இந்திய ஆரியர்கள் தென் இந்திய 'தஸ்யூ'க்கள் அல்லது திராவிடர்கள்மீது படை யெடுத்து வெற்றி பெற்றதைச் சித்தரிப்பதாகும்'

- பி.சிதம்பரம் பிள்ளை, B.A., B. "திராவிடரும் ஆரியரும்" (பக்கம். 24)

* * *

9. 'ஆரியர்களின் ஒழுக்க ஈனமான செயல்களில் குடிப்பதும் சூதாடுவதும் சிறந்தவைகளாகும். இவை இரண்டையும் நிரூபிக்க ரிக்வேதத்தில் அதிகச் சான்றுகள் இருக்கின்றன"

- ராகோஸின் "வேதகால இந்தியா"

* * *

10. "ராமாயணக் கதையானது, புரோகித வகுப்பாருக்கும் யுத்த வீரர் கூட்டத்திற்கும் உண்மையாகவே நடந்த சச்சரவையும் சண்டையையும் குறிப்பதாகும். இவ்விஷயமானது இலக்கிய உருவத்தில், உபநிஷத்துக்களிலுமிருக்கிறது. ராமன் தென் இந்தியாவிலுள்ள ஆரியரல்லாத கூட்டத்தோடு நட்புக் கொண்டான். அவர்களே குரங்குகளென்றும், கரடிகளென்றும் வர்ணிக்கப்பட்டிருக்கிறார்கள்.'

- ரொமேஷ் சந்தர் டட், I.C.S. C.I.E. "பண்டைய இந்தியாவின் நாகரீக வரலாறு' - (பக்கம். 139, 141)

* * *

11. "ராமாயணக் கதை காலத்தில் தென் இந்தியா முழுவதும் ஆரியரல்லாதார் வசித்து வந்தார்கள். இவர்களைத்தான் ராமா யணத்தின் ஆசிரியர்

குரங்குகளென்றும் கரடிகளென்றும், லங்கையிலுள்ள ஆரியரல்லாத மக்களை அசுரர்களென்றும் வர்ணித்து எழுதி வைத்தார்."

-ரொமேஷ் சந்தர்டட் C.I.E., I.C.S., "புராதன இந்தியா" (பக்கம். 52)

* * *

12. "ஆரியரல்லாத தேசமக்கள் காடுகளுக்குள் விரட்டப் பட்டார்கள். அதுவும் போதாதென்று அவர்களை ராக்ஷஸர்கள் என்றும் அசுரர்கள் என்றும் ஆரியக் கவிகளும் ஆரியப் புரோகிதர்களும் நூல் எழுதி வைத்தார்கள். ஆரியரல்லாதவர் களுக்கு ஏற்கனவே இருந்த தஸ்யு அல்லது விரோதி என்ற பெயர் நாளடைவில் பிசாசு, பூதம், ராக்ஷஸன் என்ற பெயர்களாக மாற்றப்பட்டுவிட்டது."

- ஸர்.வில்லியம் வில்ஸன் ஹண்டர், K.C.S.I, C.I.E., M.A. (Oxon) L.L.D. (கேம்பிரிட்ஜ்) "இந்திய மக்களின் சரித்திரம்" (பக்கம். 41)

* * *

13. "திராவிடர்கள் தங்கள்மீது படையெடுத்துவந்த ஆரியர் களோடு கடும்போர் புரிய வேண்டியிருந்தது; இத்தகைய சண்டைகளின் வேகத்தையும் கடுமையையும் குறிக்கக்கூடிய பல ஸ்லோகங்களை ரிக்வேதத்தில் காணலாம்."

- Dr. ராமேஷ் சந்த்ர மஜூம்தார், M.A., PL.D., ப்ரொபஸர், டாக்கா யுனிவர்ஸிட்டி – "பூர்வீக இந்திய சரித்திரமும் நாகரீகமும்", (பக்கம். 22)

* * *

14. "ராமாயணக் கதையானது ஆரியர்களுடைய பலத்தைக் குறிப்பிடவும், அவர்களுடைய எதிரிகளும் விரோதிகளு மாகிய திராவிடர்கள் எவ்வளவோ உயர்ந்த

நாகரீகத்தை யடைந்திருந்துங்கூட, அவர்களை மிக மோசமான, கேவலமான முறையில் சித்தரித்துக் காட்டுவதற்காகவும் எழுதப்பட்டதாகும்."

- புலவர் டி. பொன்னம்பலம் பிள்ளை, "மலபார் க்வார்டர்லி ரெவ்யூ"

* * *

15. "வெற்றி பெற்றவர்களுக்கு இயற்கையாக ஏற்படும் அகங்காரத் தில் பிராம்மணர்கள் தங்கள் விரோதிகளாகிய தஸ்யூக்களை குரங்குகளென்றும், கரடிகளென்றும், ராக்ஷஸர் களென்றும் எழுதி வைத்தார்கள். ஆனால் இவ்வாறு இழிவு படுத்தப்பட்ட வகுப்பார்களிடமிருந்து பல நாகரீகங்களை இப்பிராமணர் களே கற்றுக் கொண்டார்களென்பது குறிப்பிடத்தக்கதாகும்."

- ஷோஷி சந்தர் டட், "இந்தியா - அன்றும் இன்றும்", (பக்கம். 15)

* * *

16."பூனை இனத்தார் தங்கள் எஜமானனாகிய கவர்னரைப் பார்த்துச் சொன்னதாவது:-

'எங்களுடைய பரம்பரையும் (ப்ராம்மணர்)
நாய்களுடைய பரம்பரையும் (திராவிடர்கள்)
ஆதிகாலந்தொட்டே ஜன்ம விரோதிகள் என்பது எங்களுக்குத் தெரியாததல்ல; அதாவது, மிகப் பழைய காலத்தில் ஆரியர்கள் தஸ்யூக்களைக் கேவலப் படுத்திய காலம் முதல், சுரர்கள் என்பவர்கள் அசுரர்கள் என்பவர்களோடு சதா சண்டை போட்டுக் கொண்டிருந்த காலம் முதல், நாங்கள் பகைவர்களாவோம்!"

- பா.வெ. மாணிக்க நாய்க்கர், "சென்னை மிருகக் காட்சிசாலையில் நமக்குள்" (பக்கம். 11)

* * *

17. "இந்திரனையும் இதர கடவுள்களையும் பூஜித்தவர்களும், அவைகளைப் பின்பற்றியவர்களும் தேவர்கள் என்று சொல்லிக்கொண்டார்கள். இந்திர வணக்கத்தை எதிர்த்த வர்களையும், யாகங்களை எதிர்த்தவர்களையும் அசுரர்கள் என்று அழைத்தார்கள். இவ்விரு கூட்டத்தாருக்கும் விடாப் பகை இருந்துகொண்டே வந்தது.'

- ஏ.ஸி. தாஸ், எம்.ஏ. பி.எல் சரித்திர ஆசிரியர், கல்கத்தா சர்வகலாசாலை, "ரிக்வேத காலத்து இந்தியா - முதற்பாகம்' (பக்கம். 151)

* * *

18. "இந்தியாவின் தென்னாட்டிலுள்ள ராஜ்யங்களை நோக்கி வருவதில் பிராமணர்கள் வெற்றியடைந்ததும், அங்குள்ள ஆந்திரர், சேரர், சோழர், பாண்டியர் ஆகிய எல்லாருடைய ராஜ்யங்களும் மிக நாகரீகமான நிலையிலிருப்பதைக் கண்டார்கள்"

- வின்ஸெண்ட் ஏ. ஸ்மித், 'ஆக்ஸ்போர்ட் இந்திய சரித்திரம்' (பக்கம். 14)

* * *

19. "ஆரியன் என்ற பதம் தங்களையும் தங்களைச் சேர்ந்தவர்க ளையும் இந்தியாவின் புராதனக் குடிமக்களிடமிருந்து தங்களைப் பிரித்துக் காட்டும்பொருட்டு வேதப் பாக்களை இயற்றி யவர்கள் கொடுத்துக்கொண்ட பெயரேயாம். அப் புராதனக் குடிமக்களை தஸ்யூக்களென்று எழுதி வைத்தார்கள்."

– கேம்ப்ரிட்ஜ், "பழைய இந்தியாவின் சரித்திரம்" – (1922)

* * *

20. "இந்திய ஆரியர்களிடம் மனிதர்களைக் கொன்று யாகம் செய்யும் வழக்கம் இருந்ததென்று நிச்சயமாய்ச் சொல்லலாம்.".

-இம்பீரியல் இந்தியன் கெஜட்டியர், வால்யூம்-*1 (1909)* -
(பக்கம். 405)

* * *

21. 'ஆரியல்லாதவர்களை ரிக்வேதத்தில் தாசர் என்றும், தஸ்யூக்கள் என்றும், அசுரர்கள் என்றும் கூறப்பட்டிருக்கிறது. ஆரியருக்கும் ஆரியரல்லாதாருக்கும் இருந்து கொண் டிருந்த அடிப்படையான பகைமையைப் பற்றி ரிக்வேதத்தில் பல இடங்களில் காணலாம். இரு வகுப்பாருக்கும் இருந்த கலை வேற்றுமையும், அரசியல் வேற்றுமையுமே இந்தப் பகைமைக்குக் காரணமாகும்."

- ராதா குமுத் முக்கர்ஜீ, *M.A., Ph.D.,* இந்திய சரித்திர ப்ரொபஸர், லக்னோ சர்வகலாசாலை, "ஹிந்து நாகரிகம்' -
(பக்கம். 69)

* * *

22. "ராமாயணக் கதையின் உட்பொருள் என்னவெனில், ஆரிய நாகரீகத்திற்குத் தலைவனும் அதை உணர்த்துபவனுமான ராமனுக்கும், ஆரியரல்லாத நாகரீகத்திற்குத் தலைவனும் அதை உணர்த்துபவனுமான ராவணனுக்கும் நடந்த சண்டையேயாகும்.

-ராதா குமுத் முக்கர்ஜீ, *M.A., Ph.D.,* இந்திய சரித்திர ப்ரொபஸர், லக்னோ சர்வகலாசாலை, "ஹிந்து நாகரிகம்"
(பக்கம். 141)

* * *

23. "தமிழர் = இந்தியாவின் தென்கிழக்கு பாகத்திலும் லங்கையின் சில பகுதிகளிலும் வசிப்பவர்கள்; ஆரியரல்லாத திராவிட வம்சத்தைச் சேர்ந்தவர்கள்."

"தமிழ் = மேற்சொன்னவர்களால் பேசப்படும் பாஷை.

ஸர்.ஜேம்ஸ் மர்ரே "புதிய இங்கிலீஷ் அகராதி" *(பக்கம். 67-T)*

* * *

24. "ஆரியர்கள் தங்கள் மொழியைப் புகுத்த முடியாமற் போனது மன்றி) அதற்கு மாறாக, ஆரியரல்லா தவர்களுடைய பாஷைகளைத் தாங்கள் கற்றுக் கொண்டு, அவர்களுடைய நாகரீகத்தையும் பின்பற்ற வேண்டிய நிலைமை ஏற்பட்டது.'

ஸர். பண்டர்கரின் கட்டுரைகள் - வால்யூம் *III* - (பக்கம். *10*)

* * *

25. "தமிழர்கள் ஆரியர்களை வடவர்கள் என்ற பொதுப் பெயரால் அழைத்தார்கள்; உண்மையாகவே வடக்கே யிருந்து வந்தவர்களாதலால்."

- கிருஷ்ணசாமி அய்யங்கார், *M.A. Ph.D.* கல்கத்தா சர்வகலாசாலை "தென் இந்தியாவும் இந்தியக்கலையும்" (பக்கம். *3*)

* * *

26. "ஆரியர்கள் சூதாடுவதில் பித்துப்பிடித்தவர்கள். பந்தயத்தில் தங்களுடைய மனைவிகளையும், அவர்களது சொந்த சுதந்தரத்தையுங் கூட பந்தயமாக வைத்துவிடுவார்கள்.'

- ஸர். ஜார்ஜ் டன்பார், "இந்திய சரித்திரம்" – *(1936)* (பக்கம். *10)*

* * *

27. "ராமாயணத்தில் குடிகாரர்களை சுரர்களென்றும், குடியை வெறுத்தவர்களை அசுரர்களென்றும் வேறுபடுத்திக் கூறப் பட்டிருக்கிறது."

- ஹென்ரி ஸ்மித் வில்லியம்ஸ் *L.L.D.* "சரித்திரக்காரர்களின் உலக சரித்திரம்" – *Vol.II* (பக்கம், *521)*

* * *

28. 'ஆரியர்கள் தங்களால் தோற்கடிக்கப்பட்ட எதிரிகளாகிய திராவிடர்களைப் பற்றிய தங்கள் கருத்துக்களை அவர்க ளுடைய மதப் புத்தகங்களில் எழுதி வைத்திருக்கிறார்கள். திராவிடர்களை தஸ்யூக்களென்றும், தனவர்களென்றும், ராக்ஷஸர்களென்றும் குறிப்பிட்டிருக்கிறார்கள். இவ்விதம் ஆரியக் கவிகள் திராவிடர்கள் மீது வெறுப்புக் கொண்டிருந்த தானது அவர்கள் இந்தியாவிற்குள் சிறுகச் சிறுக நுழைந்து ஆதிக்கம் பெறுவதில் எவ்வளவு கஷ்டப்பட்டிருக்கிறார்கள் என்பதையே காண்பிக்கிறது."

- C.S. சீனிவாஸாச்சாரி, M.A. சரித்திர ப்ரொபஸர், பச்சையப்பன் கல்லூரி, சென்னை & M.S. ராமசாமி அய்யங்கார், M.A., சரித்திர ப்ரொபஸர், மகாராஜா கல்லூரி, விஜயநகரம் - "இந்திய சரித்திரம் முதற்பாகம் - ஹிந்து இந்தியா" (பக்கம். 16,17)

* * *

29. 'ஆரியர் வம்சத்தாரில் சமஸ்கிருதம் பேசியவர்கள் மட்டும் இந்தியாவின் மேற்குக் கணவாய் வழியாக நுழைந்து கிறிஸ்து பிறப்பதற்கு ஆயிரம் ஆண்டுகளுக்கு முன்பே வட இந்தியாவை யடைந்தார்கள். அங்கு தங்களைவிட முன் னேற்றமான நாகரீகமுடைய ஒரு கூட்டத்தாரை, அதாவது, திராவிடர்களைச் சந்தித்து, அவர்களிடமிருந்து பல நாகரீகங்களைக் கற்றுக் கொண்டார்கள்."

- H.G. வெல்ஸ், "உலகத்தின் சிறு சரித்திரம்" (1922) - (பக்கம். 105)

* * *

30. "ஜாதிப் பிரிவுகள் நான்கில், அதாவது, பிராம்மணர், க்ஷத்திரியர், வைசியர், சூத்திரர் இவர்களில் முதல் மூன்று

வகுப்பார்களும் ஆரியர்களைச் சேர்ந்தவர்கள். கடைசி வகுப்பார் இந்தியாவின் புராதனக் குடிகள்."

- The New Age Encyclopedia, Vol / II (1925) - (பக்கம். 273)

* * *

31. "பிள்ளையில்லாமல் அந்தக் குலம் நசிக்கிறதாக இருந்தால் அப்போது அந்த ஸ்திரீ தன் கணவன், மாமனார் முதலானவர் களின் உத்தரவு பெற்றுக்கொண்டு தன் மைத்துனன் அல்லது தன் கணவனுக்கு ஏழு தலைமுறைக்குள் பட்ட பங்காளி இவர்களோடு மேற்சொல்லுகிறபடி புணர்ந்து குலத்திற்குத் தக்கதான ஒரு பிள்ளையைப் பெற்றுக் கொள்ளலாம்"

மநுதர்மசாஸ்திரம் (அத்தியாயம் 9, சுலோகம் 58)

* * *

32. "இரண்டு இதிகாசங்களும் ஆரியர்கள் பரவிய பருவங்களை வெகு தெளிவாய்க் குறிப்பிடுகின்றன. மகாபாரதம் கங்கை நதி வெளியில் அவர்கள் பரவியதையும், ராமாயணம் தென் இந்தி யாவை அவர்கள் கைப்பற்றியதையும் உணர்த்துகின்றன."

- C.J. வார்க்கி, M.A. (இப்போது கனம், மந்திரியார்) சரித்திர ஆசிரியர், மங்களூர் "இந்திய சரித்திரப் பாகுபாடு (பக்கம். 15)

* * *

33. "மகாபாரதக் கதையில் இடும்பா என்று ஒரு ஆரியரல்லாத பெண்மணி. அவள் தேசத்தின் உண்மைப் புதல்வி. கதையை யெழுதிய பார்ப்பனக் கவிக்கு, தனக்குள்ள ஜாதி துவேஷத்தின் முதிர்ச்சியில் இந்தப் பெண்மணியை ராக்ஷஸி என்ற பெயர் தவிர வேறு பெயரால் வர்ணிக்க முடியவில்லை. இந்தியாவில் மிகப் புராதன காலத்தில்கூட, சரித்திர காலத்திற்கு முன்புகூட, மனிதர்களைச் சாப்பிடக்கூடிய ராக்ஷஸர்கள்

இருந்ததேயில்லை. இந்த ‘ராக்ஷஸர்’ என்ற பயங்கரப் புரளியானது வைதீகப் பார்ப்பனரின் மூளையில் தோன்றிய கற்பனையேயாகும்."

- நாகேந்திர நாத் கோஷ், *M.A. B.L.* கல்கத்தா ஹைகோர்ட் - ‘இந்திய ஆரியரின் இலக்கியமும் கலையும்” – *(பக்கம். 194)*

* * *

34. “விஷ்ணு என்ற கடவுள் ஒரு க்ஷத்திரிய வீரனாக வணங்கப் பட்டு, ஆரியக் கூட்டத்தாருக்கு அடிக்கடி போதனை செய்யவும், அவர்களுக்கு வெற்றியுண்டாக்கவும் அடிக்கடி அவதாரஞ் செய்வதாக எல்லோராலும் கருதப்பட்டது.’

- E.B. ஹாவெல் "இந்தியாவில் ஆரியர் அரசாட்சியின் சரித்திரம்” (1918) - (பக்கம். 32)

* * *

35. சுருங்கக் கூறவேண்டுமானால், பிராம்மணர்கள் கல்வியைத் தங்களுக்கே சொந்தமாக்கிக் கொண்டு, தங்களுடைய நிலைமையைத் துஷ்பிரயோகப்படுத்தி, தாங்கள் இஷ்டம் போல் எழுதிய கட்டுக் கதைகளுக்கு எல்லா விஷயங்களை யும் உட்படுத்தி வைத்தார்கள். இந்தக் கற்பனைக்கதைகள் அனைத்தும் வேண்டுமென்றே, கெட்ட எண்ணத்துடன், சாமர்த்தியமாய் பிறரை அழுத்தி, தங்கள் நிலைமையை உயர்த்திக் கொள்வதற்காகவே எழுதப்பட்டவைகளாகும்.’

- ஹென்ரி பெவரிட்ஜ், “விரிவான இந்திய சரித்திரம் முதற்பாகம்” *(1865; பக்கம். 15)*

* * *

36. "சரித்திரத்திற்கு முந்திய காலத்துச் சில சின்னங்கள் தவிர, வட இந்தியாவிலுள்ள திராவிடக்கலை, நாகரீகம் அத்தனை யும் ஆரிய வெள்ளத்தால் அடித்துக்கொண்டு

போகப்பட்டது. ஆனால் தென் இந்தியாவில் அவ்விதம் நடக்கவில்லை; நடக்க முடியவுமில்லை. இங்கு ஆரிய நாகரீகம் மிகச் சாதாரண முறையில்தான் பரவமுடிந்தது. அதனுடைய பேரலைகள் இங்கு சிறு சிறு துளிகளாகச் சிதறடிக்கப்பட்டன"

- *K.N.* சிவராஜபிள்ளை, *B.A.* தமிழ்ப் பேராசிரியர், சென்னை சர்வகலாசாலை 'பண்டைய தமிழர்களின் வரலாறு' *(1932)* (பக்கம். *4*)

* * *

37. "இதிகாசங்களில் தெட்சிண இந்தியாவைப் பற்றி எழுதும் போது, காட்டுமிராண்டிகளும், அசுரர்களும், ராக்ஷஸர்களும், தஸ்யூக்களும் வசிக்கும் நெருக்கமான காடுகளைக் கொண்ட பிரதேசம் என்று கூறப்பட்டிருக்கிறது"

***G.H.* ராலின்ஸன், *C.I.R.,* இந்தியா; (பக்கம். *155*)**

* * *

38. "இந்திய ஐரோப்பியர்களால் தோற்கடிக்கப்பட்ட கருப்பு மனிதர்களை தஸ்யூக்களென்றும், கொள்ளைக்காரர்க ளென்றும், அடிக்கடி பிசாசுகளாக மாறக்கூடியவர்களென்றும், வேத இலக்கியங்களில் கூறப்பட்டிருக்கிறது.' பால் மாஸின் அவர்ஸெல்,

"புராதன இந்தியாவும் இந்தியாவின் நாகரீகமும்" *(1934)* - (பக்கம்.*19*)

* * *

39. "மேற்கு திபேத்தையும் ஆப்கானிஸ்தான மலைப் பிரதேசங் களையும் தாண்டி முதன் முதல் இந்தியாவுக்குள் வந்த ஆரியர்கள் சமஸ்கிருதத்தைப் போன்ற ஒரு பாஷையைப் பேசினார்கள். இந்தியாவுக்குள் ஆதியில் நுழைந்த இந்த வெள்ளையர்கள் தங்கள் சட்டதிட்டங்கள், பழக்கங்கள்,

கவிதைகள், மதநம்பிக்கைகள் முதலியவைகளை இந்தப் பாஷையிலேயே எழுதிவைத்துக் கொண்டனர்.”

- ஸர்.ஹாரி ஜான்ஸ்டன் *G.C.M.G. K.C.B* “இந்தியாவில் அன்னியர்கள்" *(1913)* - (பக்கம்.*19*)

* * *

40. “சாதாரணமாக ஒரு தமிழ்நாட்டு பிராம்மணன் தமிழைவிட இங்கிலீஷில் சரியாகப் பேசுகிறான்; தமிழைவிட இங்கிலீஷில் அதிக தாராளமாகவும், அதிக வேகமாகவும் பேசுகிறான்; தமிழை விட இங்கிலீஷையே அடிக்கடி அதிகமாகப் படிக்கிறான். சுருங்கச் சொன்னால் இங்கிலீஷ் பாஷையைத் தன்னுடைய சொந்த பாஷையாகவே ஏற்படுத்திக் கொண்டார்கள்.

- *Dr.* கில்பர்ட் ஸ்லேட்டர், *M.A. D.Sc.* மாஜி பொருளாதார ப்ரொபஸர், சென்னை சர்வகலாசாலை, “இந்தியக் கலையில் திராவிடப் பகுதிகள்” *(பக்கம். 62)*

* * *

நான் சொல்வது!

"இரணியன் இணையற்ற வீரன்" என்னும் இந்நூலை நான் ஏறத்தாழப் பதினைந்து ஆண்டுகட்கு முன் எழுதினேன். ஆத்திக நெருப்பில் துடித்த தமிழர் நெஞ்சுக்கு, ஏற்ற நீர்நிலையாயிற்று இரணியன். எதிர்பாராத பெரு வரவேற்புக் கிடைத்தது இரணியனுக்கு.

அதுமட்டுமில்லை;

அறிஞர் S. குருசாமியவர்கள் இரணியனை நாடக மேடைக்குக் கொண்டு வந்தார். தாமே இரணியனாக நடித்தார். அறிஞர் K.M. பாலசுப்பிரமணியனார் முதலிய பலரையும் நடிக்கவும் வைத்தார். எண்ணியது வெற்றியடைந்தது. அன்றைய பிற்போக்குக் கருதிக் கலங்கிய தமிழரின் கலக்கத்தில் ஓர் அமைதியை நான் பார்த்தேன். மகிழ்ச்சிதான்!

மற்றுமோர் பெரு மகிழ்ச்சி! இரணியன் நாடகம், நாடகம் எழுதும் இளைஞர்களை உண்டாக்கியது! நாடகங்களை எழுதிக் குவிக்கின்றார்கள். அந்நாடகங்கள் தமிழரின் மேலான கொள்கை களுக்குப் புறம்பான வழியிலும் செல்லுவன; தமிழின் உயர்வைப் புறக்கணிப்பன ஆயினும், நல்ல நாடகத்தைத் தேடும்படியான ஓர் ஆவலையாவது மக்களிடம் வளர்க்காமற் போகவில்லை.

கேட்டும் கேளாமலும் இரணியனை அச்சிட்டு வெளியிட்டு, பெருவருவாய் கிடைக்கப்பட்டு மகிழ்ந்தவர் ஒருவரல்லர்; ஈ.வே.ரா. முதலிய பலர்

என்பதை எண்ணுந்தோறும் எனக்கு மகிழ்ச்சி மிகும். இன்னும் இதுபோல் எழுதும் விருப்பம் தரும்.

என் மகிழ்ச்சி நூறு பங்கு உயர்த்தப்பட்டது ஒரே நேரத்தில். என் தோழர்களாலல்ல; "இரணியனை நாடகமாக நடத்த வேண்டாம்". இது ஆட்சியாளர் கட்டளை. எப்படி? இரணியனுக்கு ஒரே நேரத்தில் பதினாயிரக்கணக்கான தேவை ஏற்பட்டுவிட்டது.

இரணியனை மீண்டும் அச்சிடுவதன் காரணமும் அதுதான்.

இரணியனைப் படிப்போர் ஒரு செய்தியில் விழிப்போடிருக்க வேண்டும். அப்போது நான் எழுதிய இரணியனில், இப்போது மாணவர்க்குப் பிடிக்காதது ஒன்றுண்டு. வடசொற்களைக் கலந் திருப்பது தான். அப்பிழையைத் திருத்திப் படித்துக்கொள்ளும் ஆற்றல் மாணவர்களிடம் உண்டு.

புதுவை
11.12.52

-பாரதிதாசன்

இரணியன் அல்லது இணையற்ற வீரன்

காட்சி - ஒன்று

இடம் : சிங்காரவனம்
உறுப்பினர் : பிரகலாதன், காங்கேயன், சித்ரபானு.

(பிரகலாதன், காங்கேயன் இருவரும் ஒரு சோலையை அடைகிறார்கள்)

காங்கேயன்: பிரகலாதா! என்ன ரமணீயமான சிருங்கார வனம்! சந்தனம், அசோகம், சூதம் ஆகிய மரங்களின் தளிர்கள் தென்றலால் அசைவது, நம் வரவு கண்டு தமது கரங்களால் ஆலவட்டம் அசைப்பதுபோல் இருக்கிறது. பெண்கள் குலுக் கென்று சிரிக்கவுடன் அவர்களின் தாவள்யமான பற்கள் தோன்றி மறைவதுபோல் முல்லையரும்புகள் வெளித் தோன்றுவதும், பிறகு காற்றால் புதரில் மறைவதுமாயிருக்கின்றன. விதவித மலரின் வாசம் நமக்குப் புளகம் உண்டாக்குகிறது.

பிரகலாதன்: காங்கேயா! மிக்க அழகிய சோலைதான்! ஆயினும் என்மனம் மாத்திரம் இங்கில்லை.

காங்கேயன்: அதென்ன? வேறென்ன சிந்திக்கின்றாய்?

பிரகலாதன்: எனது அருமைத் தந்தையாகிய இரணிய சக்கரவர்த்தி எனக்கு இளவரசுப்பட்டம் சூட்டுவதற்கு எண்ணினார். அதற்காக என்னை உலகச் சுற்றுப் பிரயாணம் செய்ய அனுப்பினார். நீயோ, எனது

பாடசாலை நண்பன். நான் உன்னையும் உடனழைத்து வந்தேன். நாம் நமது நகரத்தை விட்டு வந்து இன்று நாள்கள் பல ஆகின்றன. இன்றுவரை நமது நாட்டைவிட்டு நாம் அகன்ற பாடில்லை. நமது உலக சுற்றுப் பிரயாணம் தீர்வது எந்நாளோ தெரியவில்லை. நம்முடன் வந்த உடற்காப்பாளர்களை அடுத்துள்ள காட்டில் விட்டு வந்துள்ளோம். அவர்களை விட்டு நாம் இவ்வளவு தூரம் வந்துவிட்டோமே! நடுக்காட்டில் கூடாரத்தில் தங்கி யுள்ள நமது உடற்காப்பாளர்களுக்கு என்ன ஆபத்து உண்டாகுமோ என்பதிலேயே எனது கவனம் செல்லுகின்றது.

காங்கேயன்: பிரகலாதா! இந் நாட்டுத் தமிழனல்லவா நீ! நம்முடன் வந்துள்ள சேவகர் அனைவரும் பச்சைத் தமிழர்களல்லவா? உனக்கு அவர்களைப் பற்றிய அச்சம் பிறக்கக் காரண மில்லையே! உனக்காக அவர்களும் அஞ்சக் காரண மில்லையே! அஞ்சுவோன் என் போன்ற ஆரியப் பார்ப்பன னல்லவோ! இது கிடக்கட்டும். "நம் நாட்டை விட்டு இன்னும் நீங்கிய பாடில்லையே! வேறு தேசங்களுக்கு இன்னும் எப்போது செல்வது" என்று கேட்கின்றாயே, உனது தந்தையா ராகிய வீராதிவீர, வீரமார்த்தாண்ட இரண்ய சக்கரவர்த்தி உன்னை உலக சுற்றுப் பிராயணத்திற்கு அனுப்பியதன் நோக்கமென்ன? அதை யோசி! அடாடாடாடா! அதை யல்லவா யோசிக்க வேண்டும்! அங்குள்ள இயற்கை எழில்கள், அங்கங்குள்ள மக்களின் வாழ்க்கை முறைகள் இவைகளை யறியத்தானே! இப்போது நாம் வேறு என்ன செய்கின்றோம். அதுவுமல்லாமல், சொந்த நாட்டின் இயற்கையை நன்றாகத் தெரிந்து கொள்ளாமல் அயல் நாட்டைப் பற்றித் தெரிந்து கொள்வது கேலியல்லவா? யோசிக்க வேண்டும்!

பிரகலாதன்: *நீ பிரமாதமாக யோசித்துவிட்டது போதும்! நிறுத்து! ஓர் அரசகுமரன் - அதாவது எதிர்காலத்தில் அரசாங்கத்தை நடத்த இருப்பவன் உலகச் சுற்றுப் பிரயாணம் செய்வது சோலைகளையும் சோலைகளிலுள்ள பறவைகளையுமே பார்த்துக் கொண்டிருக்கவா? அன்று. உலகிலுள்ள பற்பல தேச ஆட்சிமுறைகளைத் தெரிந்து வர வேண்டியதற்காகத்தான்.*

காங்கேயன்: *பிரகலாதா! நான் அதை ஆட்சேபிக்கவில்லை. ஆம்! உண்மைதான். நான் உன் சொல்லை ஆட்சேபிக்கவே முடியாது. உண்மையில் நீ வெகு புத்திசாலி! மேலும் சக்ரவர்த்திக்குப் பிறந்த பிள்ளை அப்படித்தானே இருக்கும்! உண்மை! நீ சொன்னது உண்மைதான். இந்தச் சிருங்கார வனத்தைப் பார்த்தவுடன் நாம் கூடாரத்திற்குத் திரும்பிட வேண்டியது தான். பிறகு அங்கிருந்து அயல்நாட்டுப் பிரயாணத்தை உடனே ஆரம்பித்துவிட வேண்டும். நாம் தாமதிக்கலாகாது, சுறுசுறுப்பில்லாமல் இருக்கிறாய். ஆகா! அதோ! அத் தடாகத்தினின்று கிளம்பும் ஒரு வகைச் சத்தம் எதுவா யிருக்கும்? சிச்சிலிக் குருவிகள், அல்லது சக்ரவாகம் தனது இரைக்காக நீரில் வீழ்வதால் ஏற்பட்ட சத்தமல்லவா?*

[குளத்தை நோக்கிக் காங்கேயன் போகிறான். பிரகலாதனும் உடன் செல்லுகிறான். சிறிது தூரம் சென்று நின்று]

பிரகலாதன்: *ஆஹா! இளைய அன்னங்களின் செக்கச் சிவந்த கால்களும், அலகும் களங்கமற்ற வெண்மை*

உடலும் வயிரக்குவியலில் மாணிக்கத் துண்டங்கள் கிடப்பது போலிருக்கின்றன! அடடா! அந்தப் பெட்டை அன்னத்திற்குச் சேவலிடம் பிணக்கமோ?

காங்கேயன்: ஆஹா! என்ன மதுரமான காட்சி! பிரகலாதா! அதோ பார்! அழகிய கலாபத்தை விரித்து ஆடும் மயிலை! அதற்குத் தக்கபடி பாடும் குயிலை! ஒரு பக்கம் தேனீக்கள் மொம் மொன்று முரலும் சுருதி! மரங்கொத்தி தனது கொத்துக்களால் ஏற்படுத்தும் தாளம்! தென்றலோடு மணம் ஒரு பக்கம்! இனிமையான கச்சேரி - ஐம்பொறிகட்கும் ஏக காலத்தில் இச் சிங்காரவனம் விருந்து செய்கிறது.

[மேலும் செல்கிறார்கள், தனிமையில் அங்கு சித்ரபானு காணப் படுகிறாள். பிரகலாதன் பார்க்கிறான்.]

பிரகலாதன்: ஆஹா! நண்பா! அதோபார். ஒரு வியப்பான காட்சி! நாம் காணுமந்த அற்புதக் காட்சியின் அர்த்தமென்ன?

[ஆச்சரியத்தோடு கவனிக்கிறான்]

காங்கேயன்: நீலோற்பல நேத்திரம்! மின்னல் ஒளியை ஒழுக விடும் மந்தகாசம்! மலர்க்கொடியிடை! அசல் அன்னத்தின் நடை! ஆகிய இவைகள்தாம் நீ காணும் காட்சியில் அடங்கி யுள்ளவை, இன்னும் விரிவான அர்த்தம் சொல்ல வேண்டுமானால், அந்தி மாலைப் பொழுது! இன்பத் தென்றல்! இடையில் நீயும் அவ் வனிதையும்! இளம் பருவத்தின் துடிதுடிப்பு!

முக்கியமாகச் சொல்ல வேண்டுமானால் காதல் திருவிழாவின் துவஜாரோகணம்!

பாட்டு

கூவுது குயில் என்ற மெட்டு.

இந்துஸ்தான் தோடி - ஆதி

சித்ரபானு: *ஓடிவாடி - சகி (ஓடி)*

தனிமையில் நானே

தவிக்கலா னேனே

சஞ்சலம் வந்ததடீ அஞ்சுகமே மானே (சகி - ஓடிவாடி)

ஆடவர் இங்கே

அணுகினார் அங்கே

அட்டகாசம் செய்கின்றாய் உன்றன் நேசம் எங்கே (சகி)

கற்புறு மாது

கலங்கிடும் போது

எப்படியோ மறைந்தாய் இதுவோ மகா சூது. (சகி)

சித்ரபானு: *(எங்கேயோ இருக்கும் தோழியை அழைப்பது போல்)*

சகி அம்சா! சகி அம்சா! என்னடி நான் தனிமையாக இருக்கி றேனே!! சீக்கிரம் வா! சகி அம்சா! ஓடி வந்து உதவி செய்!

[ஆடவரைக் கண்டு அஞ்சியது போல் பாவனை செய்கிறாள்.]

காங்கேயன்: *நேசா! நீ யாகிலும் சென்று உதவி செய்யலாகாதா? உன் மனம் என்ன கல்லா? அந்த இளநங்கைக்கு என்ன ஆபத்தோ தெரியவில்லையே! உதவி கோருகிறாளே:*

பிரகலாதன்: *(உடனே சித்ரபானுவின் எதிரில் ஓடி நின்று) பெண்ணே! உனக்கு என்ன கெடுதி ஏற்பட்டது? எதற்காக உதவி கோருகிறாய்! என்னிடம் கூறு!*

[சித்ரபானு பிரகலாதனை உச்சிமுதல் உள்ளங்கால் வரையில் கவனிக்கிறாள். உடனே மூர்ச்சித்து விழுவதுபோல் பாவனை காட்டுகிறாள்.]

பிரகலாதன்: *காங்கேயா! காங்கேயா!*

காங்கேயன்: *(பிரகலாதன் சமீபத்தில் ஓடிவந்து நின்று) இதென்ன அபாயம்! நேசா! நீ என்ன செய்தாய் அவளை! (உற்றுக் கவனிக்கிறான்.)*

பிரகலாதன்: *ஐயோ! நான் ஒன்றும் செய்யவில்லையே! என்னை ஏற இறங்கப் பார்த்தாள். அவ்வளவுதான்! தங்கப் பதுமை சாய்வது போல் சாய்ந்தாள்!.*

காங்கேயன்: *நீ சற்று விலகி நில்! அவளைக் கவனித்தால் அவளோர் ஆரியப் பெண்போல் தோன்றுகிறாள். நீயோ, இந் நாட்டுத் தமிழ் மகன். அவளுடைய சம்மதம் தெரிந்து கொள்ளாமல் நீ அவளைத் தொட்டு உபசாரம் செய்யலாகாது.*

[காங்கேயன் தன் கைக்குட்டையால் அவள் முகத்தண்டை விசிறு கிறான். பிரகலாதன் விலகி நின்று கவனிக்கிறான்.]

சித்ரபானு: *(மூர்ச்சை தெளிந்து எழுந்து உட்காருகிறாள். காங்கே யனைப் பார்த்து)* சற்று நேரத்திற்கு முன் என்னை வழிமறித்து நின்ற அந்தப் பூமான் எங்கே?

காங்கேயன்: அதோ நிற்கிறார்!.

சித்ரபானு: அந்தோ! *(பார்த்துவிட்டுத் தலை குனிந்து)* என் கற்புக்குப் பங்கம் ஏற்பட்டுவிட்டதா! பாழான ஓ நெஞ்சமே! எனக்கு அப கீர்த்தியை உண்டாக்கி விட்டாயா? குரங்கு மனமே, உன் கண்ணில் காணும் கிளைகளிலெல்லாம் தாவி விடுவது உனக்குப் பெருமையாகுமா? ஆரிய வம்சத்துக்கு என்னால் அவமானம் நேர்ந்துவிட்டதல்லவா? முதலில் நான் ஒரு பூமானை என் மனத்தில் காதலனாக அடைந்துவிட்டேன். ஆயினும், அந்தப் பூமானை நேரில் கண்டதில்லை. எப்படி யிருந்தாலும் அவரே எனது உயிர்; அவரே எனது மணவாளர். அவரைவிட நான் வேறொருவர் மேல் ஆசை கொள்ளலாமா? என்மனம் வேறொருவர் மேல் செல்லுமாயின் என் கற்பு என்னவாகும்? கற்பிழந்த பெண் உலகிலிருக்கத் தக்கவளா?

காங்கேயன்: ஆரிய வனிதையே! இப்போது உனது நெஞ்சம் எந்தப் பூமான்மீது சென்றதோ, அந்தப் பூமான் தகாதவ னல்லவே!

சித்ரபானு: இப்போது தக்கவர் மேல் என் ஆசை சென்றதாயினும் இரண்டாவதாகத்தானே சென்றது? உம்மைப் பார்த்தால் ஓர் ஆரிய சிரேஷ்டராகவே தோன்றுகிறது. நீரும் இப்படிப் பேசலாமோ?

காங்கேயன்: பெண்ணே! மன்னிக்க வேண்டும். நீ முன்னரே ஒருவர் மேல் ஆசை கொண்டிருப்பதை நான் எப்படி அறிந்திருக்க முடியும்?

பிரகலாதன்: *(நெருங்கி)* முன்னால் நீ எவனுருவத்தைப் பார்க்க வில்லையோ அவன் மீது காதல் கொண்டு விட்டதென்பது அர்த்த மற்ற விஷயம். ஆனால் நான் உன் உருவத்தைக் கண்டேன்; காதல் கொண்டேன்; இது சரியாகும். கோடை இருளில் திடீரென்று தோன்றிய மின்னலைப் போல, மாலையிலே, இந்தச் சோலை யிலே எதிர்ப்பட்ட அழகின் பிழம்பே! பெண்கள் நாயகமே! புவியின் வியப்பே! கண்டதும் என் மனத்தை இழுத்த காந்தாமணியே!, எனக்கு நல்ல பதில் சொல்லமாட்டாயா?

காங்கேயன்: நான் ஒரு விஷயம் கேட்க நினைக்கிறேன். பெண் மணியே! முன்னரே நீ ஒரு பூமான் மீது காதல் கொண்டதாகத் தெரிவிக்கின்றாய். அப் பூமான் யார்? எப்படிப் பட்டவன்?

பிரகலாதன்: அவன் எந்த மூடனோ! உருவத்தைத்தான் பார்க்க வில்லையே!

சித்ரபானு: *(கோப முகத்துடன்)* நாவையடக்கும்.

பிரகலாதன்: *ஆஹா! சாந்தத்தில் உன் முக லாவண்யத்தைக் கண்டதுண்டு. கோபத்தில் உன் முகம் எப்படிப்பட்ட சௌந்தர்யத்தை அடைகிறதென்று பார்க்க எண்ணியே நீ கோபிக்கும்படி பேசினேன். உன் கோப முகத்தையும் நான் வரவேற்கின்றேன். இனி உன் கைதீண்டி நீ என்னை அடிக்க வேண்டுமென்றால் நான் எப்படி நடந்துகொள்ள வேண்டும் என்பதுதான் தெரியவில்லை.*

சித்ரபானு: *அந்தோ! அன்றொரு நாள் ஒரு பூமானின் பிரதாபத்தைக் கேட்டேன். என் மனத்தைப் பறி கொடுத்தேன். இன்றோ, இதோ! இந்த வீணை ஒலியிலும் என் நெஞ்சம் குதித்தோடு கிறதே! அன்று நான் காதாற் கேட்ட பூமானிடம் என் மனம் தாவிற்று. இதோ, இன்று இந்த நறுந்தேன் மலரில் என் மனம் வண்டுபோல் தாவுகிறதே! அன்று அவரை என் மானசீக உலகிலே சந்தித்தேன். இன்று இதோ! இவ்வானில் என் மனம் ஒளிபோல் பரவுகின்றதே!*

காங்கேயன்: *முன்பு நீ காதலித்த பூமான் யார் என்றேனே! பதில் சொல்ல விருப்பமில்லையா?*

சித்ரபானு: *அப் பூமானைப் பற்றிப் பேசுவதில் எனக்கு மிக்க சந்தோஷமல்லவா! அவரைப்பற்றிச் சதா பஜனை பண்ணிக் கொண்டிருப்பது என் பாக்கியமல்லவா?... என்காதலர் ஒரு தமிழ் வீரர்.*

காங்கேயன்: *இவர் மட்டும் தமிழ் வீரரல்லவோ?*

சித்ரபானு: ஆயினும், அவர் என் உள்ளத்தை முதலில் கொள்ளை கொண்டவராயிற்றே!

காங்கேயன்: சரி, பிறகு! நண்பா, அருகில் வா! உற்றுக் கேள்! பெண்ணே! இவரிடத்தில் சொல்லிவா!

சித்ரபானு: மேலும், அவர் விவாகம் ஆகாதவர்.

பிரகலாதன்: எனக்கும் இன்னும் விவாகம் ஆகவில்லை.

சித்ரபானு: அவர் காதற் கொந்தளிப்புள்ள இளம் பருவமுள்ளவர்.

காங்கேயன்: சரி. மேலே! இவர் மாத்திரம் கிழவரா?

பிரகலாதன்: இந்தத் தேசமா? வெளிநாடா? பெயர் என்ன?

சித்ரபானு: இந்தத் தேசமே. பெயரை நான் எப்படிச் சொல்லுவது?

பிரகலாதன்: இந்தத் தேசமானால் யாருடைய மகன்?

சித்ரபானு: எனது மாமனார் பெயரை நான் கூறமாட்டேன்.

பிரகலாதன்: உனது மாமனாருக்கு என்ன வேலை?

***சித்ரபானு**: அவர் ஒரு வேலைக்காரரர் அன்று, அவர் ஒரு சக்ரவர்த்தி.*

***பிரகலாதன்**: (ஆச்சரியத்துடன்) அப்படியா!*

***காங்கேயன்**: என்ன அற்புதம்!*

***பிரகலாதன்**: ஆனால் உனது காதலன் இப்போது என்ன செய்து கொண்டிருக்கிறான்?*

***சித்ரபானு**: அவர் உலகம் சஞ்சாரம் செய்கிறார்.*

***பிரகலாதன்**: (வியப்புடன்) ஏன் என்று தெரியுமா?*

***சித்ரபானு**: அவருக்குக் கூடிய சீக்கிரம் இளவரசுப் பட்டம் ஆகப் போகிறது.*

***காங்கேயன்**: இதோ! பிரகலாதன்!*

***பிரகலாதன்**: நான் தான் அவன்.*

(சித்ரபானு பறந்தோடி அணைத்துக் கொள்ளுதல். பிரகலாதன் ஆவலோடு கட்டிக்கொள்ளுகிறான்.)

***பிரகலாதன்**:*

பாட்டு

'ரகுராம நாமாபுமா' என்ற மெட்டு.

அமீர்கல்யாணி - ரூபகம்

கானு லாவு மானே அடி (கானு)
காதல் மீற லானேன் அடி
தேனு லாவு மாமலர்களும்
தென்றலோடு கலந்திடவுமனம் நலிவுறுதே
இனியதான அதர பானம்
இல்லை யென்றால் பிராணனுக் கூனம்
புனித வல்லியே தாவள்ய
பொங்கும் துங்கம் தங்கும் அங்கும்.

சித்ரபானு:
சிந்து சேர்வ சந்தம் எனைச்
சந்ததம் தேகந் தனைக் கொந்தும் (சிந்)
மந்த மாருதம் கனல்தந்து
மாது நான் மயல்பெருகிடும்படி செயும்விதந்தனையுணர்
இருகையாலும் என்னைப் பிணித்தே
இன்பவேட்கை தன்னைத் தணித்தே
மருவ வேண்டுமே ப்ராணேசா
வாது தீது மாது மீது. (சிந்)

சித்ரபானு: *நாதா! என் கற்பு பரிசுத்தமானது.*

[முகத்தைக் கவனித்து முத்தத்தின்மேல் முத்தம் கொடுத்தல்]

காங்கேயன்: *சரி! தேன் குடத்தில் ஈ விழுந்து விட்டது! ஏனப்பா பிரகலாதா! உலக சுற்றுப் பிரயாணம் எவ்வளவுவி லிருக்கிறது?*

பிரகலாதன்: *உலகச் சுற்றுப்பிரயாணத்தின் சாரத்தை அனுபவிக் கின்றேனே! நீ நமது கூடாரத்தை நோக்கிப் போ!*

காங்கேயன்: *நீ எப்போது வருவாய்?*

பிரகலாதன்: *சீக்கிரம் வந்து சேதி தெரிவிக்கின்றேன்.*

காட்சி - இரண்டு

இடம் : சித்ரபானுவின் படுக்கையறையை யடுத்த ஒரு கூடம்.

உறுப்பினர் : சித்ரபானுவின் தந்தையாகிய கஜகேது, மற்றும் ஆரிய ஜனங்கள், பிரகலாதன், சித்ரபானு.

கஜகேது: மருகரே! நாங்கள் ஆரிய ஜனங்கள்! பூதேவர்கள்! ஆயினும் நாங்கள் இந்நாட்டில் விஜயஞ் செய்து நீண்ட நெடுங் காலமாய் விட்டதால், இந்நாட்டுத் தமிழர்களுடன் இரத்த சம்பந்தமில்லாதிருக்க முடியவில்லை. அதனால் உம்மைப் போலுள்ள சற்குணவான்களிடம் எங்கள் பெண்கள் காதல் கொள்வதையும், எங்கள் ஆடவர்களிடத்தும் உங்களினத்துப் பெண்கள் காதல் கொள்வதையும் நாங்கள் தடை செய்வ தில்லை ஆனால் ஒன்று மாத்திரம் கவனிக்கத் தக்கது. எங்கள் வேதம் பஹு உத்க்ருஷ்டமானது. அதை அங்கீகரிக்காத எந்தத் தமிழனிடமும் நாங்கள் சம்பந்தம் வைத்துக் கொள்வ தில்லை. எங்கள் கர்மானுஷ்டங்கள் பஹு உத்க்கிருஷ்ட மானவை; அவைகளை ஒப்புக்கொள்ளாத எந்தத் தமிழனிடத் திலும் நாங்கள் சம்பந்தம் வைத்துக் கொள்வதில்லை. எங்கள் வேதம், மதம், பழக்க வழக்கங்கள் ஜாதிக் கட்டுப்பாடு ஏன் உத்க்ருஷ்டமானவை என்றால் அவைகள் கேவலம் சிற்றறிவும் சிறு தொழிலுமுள்ள மனிதனால் ஏற்படுத்தப் பட்டவை அல்ல. அவை கடவுளால் வகுக்கப்பட்டவை.

பின்னும் அவை மனு முதலிய எங்கள் மஹரிஷிகளால் ஒழுங்கு செய்யப் பட்டவையாகும்.

நரர் என்றும், அசுரர் என்றும், ராட்சர்களென்றும் தமிழர் களென்றும் சொல்லப்படும். இந் நாட்டுமக்கள் கடைத்தேறும் படியாக மேற்சொன்ன வேதாதிகளைக் கடவுள் ஏற்படுத்தியதோடு, பூசுரர்களாகிய எங்களையும் கடவுள் தமது முகத்தினின்றும் பிறப்பித்தார். ஆதலால் இந் நாட்டு மக்களை நல்வழிப் படுத்துவதே எங்கள் வேலை. இந்த அபிப்பிராயங்களுக் கெல்லாம் உமது தந்தையாராகிய இரண்யச் சக்ரவர்த்தியானவர் விரோதமாக இருந்து வருகிறார். ஆயினும் தெய்வ பலம் எங்களிடம் இருக்கிறது. எங்களுக்கு ஒரு குறைவும் வராது. நீர் பஹூ புத்திமான். சிறு வயது முதல் ஆத்திக ஞானம் பெற்று விளங்குகிறீர். எமது வேதத்தை அந்தரங்கத்தில் ஒப்புக் கொள்ளுகிறீர்! எம்மையெல்லாம் உயர்வாக மதிக்கிறீர். எமது வாழ்க்கை முறைகளை நீர்வெறுக்கிறதில்லை. இவைகளுக் கெல்லாம் அடையாளமாக இப்போது எமது ஆர்ய சிகாமணி யாகிய சித்ரபானுவைக் காதலித்தீர். உங்களுடைய சேர்க்கை யானது சாமான்யமானதன்று. இச் சேர்க்கையால் இந்த உலகமே நன்னிலையை அடையப் போகின்றது. ஆயினும் மருகரே! ஒரு விஷயம் மாத்திரம் உம்மைக் கேட்டுக் கொள்ளுகிறேன். நீர் சித்ர பானுவைக் கல்யாணம் செய்து கொண்ட விஷயம் எவருக்கும் தெரியாதிருக்க வேண்டும். விஷயம் வெளி வருமாயின், அதனால் உமக்குக் கேடுகள் சம்பவிக்கும். உமக்கு உமது தந்தை இந்த ராஜ்யத்தைப் பட்டா பிஷேகம் செய்யமாட்டார். அதனால் எங்கள் பெண்ணுக்கும் குறைவு ஏற்படும்.

பிரகலாதன்: *மாமா! நீர் ஒன்றுக்கும் அஞ்சவேண்டாம்! உங்கள் பெண்ணும் எனது உயிருமான இந்தச் சித்ரபானுவுக்கு ஒரு குறை ஏற்படும் பட்சத்தில் என் உயிர் நில்லாது! நம்புங்கள்!*

கஜகேது: *அதென்ன! உமது தந்தையால் எனது பெண்ணுக்கு ஏதாவது குறை ஏற்பட்டால், நீர் உமது உயிரையே மாய்த்துக் கொள்வீர்? அந்தோ! மருகரே! இப்போதே எமக்குச் சித்தம் கலங்குகின்றதே! அந்தோ! மகளே! நீ என்ன காரியம் செய்து விட்டாய்! கேட்டாயா உனது அருமைக் காதலர் சொல்வதை?*

சித்ரபானு: *நாதா! இது என்ன ஆண்மையற்ற வார்த்தை!*

கஜகேது: *உமக்கு எதிராக உமது தந்தை ஏதேனும் செய்வா ரானால் உயிரை மாய்த்துக் கொள்வதா? எதிர்த்தவனை நாசம் செய்வேன் என்று சொல்வதல்லவா வீரனுக்கழகு!*

பிரகலாதன்: *(தன்னை வந்து பயத்தால் அணைத்துக் கொண்ட சித்ரபானுவை நோக்கி) கண்மணி! நீ வருந்தாதே! நமக்குத் தீமை செய்வோன் என் தந்தை மாத்திரமன்று; எவராயினும் சரி! தும்சப்படுத்துவேன்! அஞ்சாதே! - மாமா! சித்ரபானுவை நான் என் உயிர் என்று நினைப்பது உண்மையானால் ஆர்ய தர்மத்தை இந்த உலகத்தில் நிலைநாட்ட என் உயிர் உபயோகப்படட்டும்.*
அனைவரும்: ஆஹா! பேஷ்! பேஷ்!

கஜகேது: *இன்றல்லவோ நான் ஒரு தியாகியை, ஒப்பற்ற வீரனை, இளஞ் சிங்கத்தை மருமகனாக அடைந்தேன்!*

பிரகலாதன்: *மாமா! எனக்குத் தக்க ஆதரவு கிடைக்கும் வரைக்கும் எனக்கும் சித்ரபானுவுக்கும் நடைபெற்ற கலியாணத்தைப் பற்றி எவருக்கும் சொல்லிவிடாதீர்கள். ஆனால் என் நண்பனாகிய காங்கேயனை உங்களுக்குத் தெரியுமா?*

கஜகேது: *சுத்தமாகத் தெரியாது.*

பிரகலாதன்: *அவன் ஒரு சுத்த ஆர்ய ஸ்ரேஷ்டனாயிற்றே! உமக்கெல்லாம் தெரியாதிருக்க நியாமில்லையே!*

கஜகேது: *எமக்குத் தெரியாததால் அவன் சுத்த ஆர்யனா யிருக்கமாட்டான். அது பற்றி என்ன?*

பிரகலாதன்: *இல்லை அவனுக்கு இக் கலியாண விஷயம் தெரியும். யாரிடத்திலாவது சொல்லிவிட்டால் காரியம் கெட்டுவிடுமே என்றுதான் அஞ்சுகிறேன்.*

கஜகேது: *அப்படியா? ஆயினும் பாதகமில்லை. (உடனே கஜகேது கண்ணை மூடிக்கொண்டு ஏதோ மந்திரம் ஜெபிப்பது போல் பாசாங்கு செய்தபின், கொஞ்சம் விபூதியை எடுத்து வாயினால் ஊதிவிட்டு) சரி! இந்த நிமிஷத்திலிருந்து நடந்த விஷயங்களையெல்லாம் அவன் மறந்து விடுவான். ஞாபகமே வராது. தெய்வ பலம் நமக்கு இருக்கிறது. ஸ்ரீமந் நாராயணன் நம்மையெல்லாம் காக்கவும் துஷ்டர்களை யெல்லாம் நிக்கிரகம் செய்யவும் திருவுளங் கொண்டிருக்கும் ரகஸ்யம் நமக்கெல்லாம் தெரியும். அவ்வுண்மையைப்*

பாவிகள் அறியமாட்டார்கள். மருகரே! நீர் ஒன்றுக்கும் அஞ்ச வேண்டியதில்லை. உமது தந்தைக்கு வலது கைபோல் இருந்துவரும் சேனாதிபதியும் நமக்கு அந்தரங்கத்தில் ஒற்று வேலை செய்து வருகிறார். நீர் எதற்கும் யோசிக்க வேண்டாம். அவ்வப்போது நடக்கும் விஷயங்களை மாத்திரம் எங்களுக்கு அறிவியும். பார்த்துக் கொள்ளுகிறோம். நீர் இங்கே சிலகாலம் தங்கிப் பிறகு உமது தந்தையாரிடம் சென்று உலக சஞ்சாரம் முடிந்து விட்டது என்று சொல்லிவிடும். ஏனென்றால், சித்ரபானு உம்மைப் பிரிந்து இருக்கமாட்டாள்.

பாட்டு

`கண்யமுள்ள நாதசுகுமாரா’என்ற மெட்டு

மால் கோஸ் - ஆதி

சித்ரபானு:

பிராண நாதரே உமை நான் பிரியேன் - நீர்
பிரிந்திடில் என்றனுயிர் தரியேன் - நல்ல
பூமலர் மணம் போலே நாமே - சதா
புஷ்பமஞ் சத்தினிற் கிடப்போமே.

பிரகலாதன்:

உன் மையலே என் மனத்தைத் தூண்டும் - எனக்
குன்னைவிட என்ன சுகம் வேண்டும் - மிகு
கன்னலடி உன் இதழின் ஊற்று நல்ல
கட்டழகி உன் மனத்தைத் தேற்று

சித்ரபானு: *நாதா! என்னைவிட்டு பிரியலாகாது.*

பிரகலாதன்: *கண்மணி! சித்ரபானு! நீ வருந்தாதே. நான் உன் தந்தை சொல்லியது போல் இங்கேயே இருந்து விடுகிறேன்.*

சித்ரபானு: *தந்தையே இன்னொரு விஷயம் அல்லவா? எனக்குத் தக்க மணவாளர் கிடைத்தால் மூன்று மாதம் நோன்பிருப்பதாக கௌரிக்குப் பிரார்த்தனை செய்திருக்கிறேன். அதன்படி இன்று முதலே நோன்பிருக்க வேண்டுமா? இன்னும் சில நாள் கழித்துப் பார்த்துக் கொள்ளலாமா?*

கஜகேது: *அடாடாடா இன்றுமுதல் விரதம் இருக்க வேண்டாமா?*

சித்ரபானு: *(வருத்தமாக) மூன்று மாத காலம் நான் எனது காதலன் முகத்தில் விழிக்காமல் எவ்வாறு இருக்கமுடியும்?*

(பந்துக்களில் ஒரு பெரியவர் முகத்தில் விழிக்கலாம் ஆலிங்கன சம்சர்க்காதிகளை நீக்கவேண்டும்; அவ்வளவு தான்.)

பிரகலாதன்: *கண்மணி மூன்று மாதத்தையும் மூன்று நிமிஷமாகக் கழித்துவிடு. வருந்தாதே என்ன செய்வது? நிறைவேற்ற வேண்டும் என்று சொல்லுகிறார்களே.*

கஜகேது: *அப்படியானால் நாளைமுதல் நோன்பு தொடக்கச் சித்தப் படுத்துகிறோம். நீங்கள் அந்தப்புரம் சென்று வாருங்கள்.*

[இருவரும் கைகோர்த்தபடி மறைதல்]

காங்கேயன்: *(ஓடிவந்து) அப்பா! என்ன செய்தி?*

கஜகேது: காங்கேயனைத் தெரியுமா என்று பிரகலாதன் கேட்டான். நான் தெரியவே தெரியாதென்று சொல்லியிருக்கிறேன். கலியாண விஷயம் ரகசியமாயிருக்க வேண்டியிருப்பதால் நீ யாரிடத்திலாகிலும் சொல்லிவிடக்கூடும் என்று சந்தேகப் பட்டான். என் மந்திர சக்தியால் நடந்தவைகளையெல்லாம் காங்கேயன் மறந்துவிடுவான் என்று சொல்லியிருக்கிறேன். நீ திருமணம் நடந்ததை மறந்துவிட்டதுபோல் பாசாங்கு செய்யவேண்டும். தெரியுமா?

காங்கேயன்: மீன் குஞ்சுக்கு நீந்தக் கற்பிக்கிறீரோ? வேண்டியதில்லை. அது கிடக்கட்டும் எனது தங்கை சித்ரபானு தந்திரமாக நடந்து கொண்டாளா?

கஜகேது: ஆஹா! அதில் உனக்குச் சந்தேகம் வேண்டியதில்லை. மேலும் இளவரசனாகிய பிரகலாதன் உன் தங்கையின் பேரில் பிராணனை வைத்திருக்கிறான். நாம் நினைத்துள்ள காரியம் பாதிமுடிந்தது என்று சொல்லவேண்டும்.

காங்கேயன்: சும்மா சொல்லலாகாது. தங்கை சித்ரபானு நான் முன்பே சொல்லியிருந்தபடி சிருங்காரவனத்தில் பிரகலாதனிடம் வெகு சாகஸம் செய்தாள். ஆரியர் முற்போக்கிற்கும் தமிழர் அழிவிற்கும் சித்ரபானு தன்னைத் தியாகம் செய்தாள் என்றே சொல்லவேண்டும்.

கஜகேது: விஷயத்தை வளர்த்தாதே. சீக்கிரம் நீ போய்விடு. கடைசி வரைக்கும் நீ சித்ரபானுவின் தமையன் என்று காட்டிக் கொள்ளாதே போ! இன்றைய பெரு நிகழ்ச்சிக்கு நீ காரணமா யிருந்ததினால் எம்மோடு சோமரஸம் அருந்தி விட்டுப்போ.

[அனைவரும் கள் அருந்துகிறார்கள். காங்கேயன் மயக்கத்தோடு பாடுகிறான். மற்றவர்களும் பாடுகிறார்கள்.]

பாட்டு

காங்கேயன்:

ரசத்தில் சிறந்தது சோமரசம் - ஆர்ய
ரசத்தில் சிறந்தது காமரசம்! - காம
வசத்தில் நிறுத்தாது இந்த ரசம்
வலையை விரிப்பதெங்கள் சரசம்!

மற்றவர்:

சோமரசம் குடித்தால் உறவேது? – நாங்கள்
சொக்கும் சந்தோஷத்தில் துறவேது?
காமரசம் மீறியது கஜகேது - ஆடிக்
கண்ணயர்வோம் காரிகையர் மடிமீது!

காட்சி - மூன்று

இடம் : இரணியன் அந்தப்புரம்

உறுப்பினர் : இரணியன், மனைவி லீலாவதி, ஆலவட்டம் வீசும் பணிப்பெண்கள், வாயிற் சேவகன்.

இரணியன்: உன் சஞ்சல முகத்தைக் காண நான் சகியேனே! கண்மணி! லீலாவதி! சந்தோஷத்தால் உன் முகம் என்று மலரும்? நமது அருமைக் குமாரன் இளவரசுப் பட்டத்திற்கு உரியவன் ஆகிவிட்டான். அதனால் அவன் உலக சஞ்சாரம் செய்தால்தானே உலக ஞானம் அவனுக்கு உண்டாகும்.

பாட்டு

கானடா – ஆதி

லீலாவதி:

ஆசைக் கொருபிள்ளை அரிதாய் வளர்த்த கிள்ளை
நேசத்துக் கவன்பாத்ரம் நேரிழையாள் என்நேத்தரம் (ஆ)
தேசங்கள் தோறும்சென்று திகைத்திடு வானோ என்று
ஊசலாடுதே மனம் உரைப்பீரே ஓர் எத்தனம் (ஆ)
அலட்சியம் தான்என் சொல்லோ? ஐயாஉம்
மனம்கல்லோ?
கலக்கமெந்த நாள்தீரும் காணுதல் எந்தநேரம்? (ஆ)

லீலாவதி: ஆசைக்கொரு பிள்ளை இந்நாள் மட்டும் அவன் என்னை விட்டு அரைக்கணமாவது பிரிந்ததில்லை. அவன் பிரிவை எவ்வாறு சகிப்பேன்? தற்காலம் அவன் எந்நாட்டிலிருக் கிறானோ? அங்கு அவனுக்கு என்ன இன்னல் உண்டாகிறதோ என் நெஞ்சம் தாளவில்லையே! எந்தப் பகை அரசன் அவனுக்கு இன்னல் தேடுகிறானோ! வன சஞ்சாரம் செய்யும் பொழுது கள்ளர் முதலியவர்களால் ஏதாவது இடையூறு ஏற்படுகிறதோ, சில சமயம் எந்தப் பெண்ணின் மாயவலையிற் சிக்கி அதனால் துன்பத்தை அடைகிறானோ! துஷ்ட விலங்குகளால் என்ன ஆபத்தோ! பூகம்பம், இடி, காற்று, மலையின் சரிவு, எரிமலை,கடல், முதலியவற்றால் ஏற்படும் உற்பாதங்கட்கு ஆளாகின்றானோ? அந்தோ! நாதா! என் இதயம் பிளந்துவிடும் போலிருக்கிறதே!.

இரணியன்: பெண்ணரசியே! நீ இப்போது கூறியவற்றால் கலங்காத என் மனமும் சற்றுக் கலங்குகிறது. என் மைந்தனைப்பற்றிய கவலையைத் தூண்டிவிட்டது. பூமி அதிர்ந்தாலும் நம் குமாரன் அதிலிருந்து தப்பக் கூடும். எரிமலைக் கிடையி லிருந்தும் வீர மைந்தன் விலகக்கூடும். கானாறுகளின் சுழலிற் கிடையிலிருந்தும் இளங்காளை மீள முடியும். தமிழன் அவன். எந்நாட்டுப் பகையும் அவனுக்குப் பெரியதன்று. ஆயினும் கண்மணி! எங்கேயோ இருந்து இங்குப் பிழைக்க வந்த ஆரியர்களின் சூழ்ச்சிக்கு நம் மைந்தன் ஆளாகாதிருந்தால் போதும் - யாகமென்று சாக்குச் சொல்லி விலங்குகளையும், பறவைகளையும், நெருப்பிற் பொசுக்கியுண்ணும் ஆரியர்கள் - ஒரு பெண்ணைப் பலர் புணர்ச்சி செய்து மகிழும் ஆரியர்கள் - சோமரசம் என்னும் ஒருவகை கள்ளைக் குடித்து வெறிக்கும் ஒழுக்கங்கெட்ட

ஆரியர்கள் - இந் நாட்டிலுள்ள தமிழர் ஒழுக்கத்திற்கே உலைவைக்கும் கொடிய ஆரியர்கள் - தமிழர் ஆட்சியைத் தொலைத்துத் தமது ஆட்சியை பரப்பச் சூழ்ச்சி செய்து கொண்டிருக்கிறார்கள். பெண்ணைக் காட்டித் தமிழர்களை வஞ்சிக்கிறார்கள். மந்திரமென்று வஞ்சித்து ஏமாற்றுகிறார்கள் தமிழர்களைக் கொண்டு தமது இனத்தைப் பெருக்குகிறார்கள். ஆயினும் சுயநலம் கருதித் தம்மை உயர் வென்று தாமே எழுதிக் கொண்ட வேத நூலில் தமிழர்களைச் சிக்க வைக்கிறார்கள். அப்படிப்பட்ட ஆரியர் சம்பந்தமானது இந் நாட்டிற்கு உற்பாதங்களிலெல்லாம் பெரிய உற்பாதமா யிருக்கின்றது. என் செங்கோலைப் பறிக்க அவர்கள் ஒவ்வொரு விநாடியும் சூழ்ச்சி செய்து வருகின்றனர். என் சந்ததியே அற்றுப் போகும்படி செய்ய அவர்கள் எண்ணி என் மகனுக்கு என்ன கெடுதி விளைவிக்கின்றார்களோ என்பதுதான் என் கவலை. இந் நாட்டில் வெகு நாள்களாய் ஊன்றியுள்ள ஆரிய வேரைப் பறிப்பது எனக்குக் கடின மன்று. ஆயினும் என் தமிழர்கள் அவர்களின் நயவஞ்சகத் திற்குள் சிக்கியிருக்கிறார்கள். நான் ஆரியரை நோக்கி எறியும் ஒவ்வோர் அம்பும் நம் நாட்டுத் தமிழரையும் தாக்குமன்றோ? அதனாலல்லவா யோசிக்க வேண்டியிருக் கிறது! நல்லது. என் அருமை நாயகி! நீ ஒன்றுக்கும் அஞ்சாதே.

(இதற்கிடையில் தூதுவன் ஒருவன் வந்து காவற்காரனைக் கண்டு...)

தூதுவன்: சேவகரே, நான் அவசரமாகத் சக்ரவர்த்தியைக் காணவேண்டும்.

காவற்காரன்: விடைபெற்று வருகிறேன். *(அரசனிடம் சென்று வணங்கி)* இராஜாதி ராஜரே தங்களை அவசரமாகக் காண ஒரு தூதர் வந்திருக்கிறார்.

இரணியன்: உள்ளே வரவிடு.

சேவகன்: *(தூதனிடம் வந்து)* உள்ளே செல்லலாம்.

தூதுவன்: *(சக்ரவர்த்தியைப் பணிந்து)* இராஜாதி ராஜரே! ராஜ பாட்டையில் ஆரியராகிய ஆடவர்களும் பெண்களும் ஏகப் பெருங்கூட்டம் கூடிநின்று அட்டகாசம் செய்யும் கோலம் சொல்ல முடியவில்லை. கூடிய சீக்கிரத்தில் எவனோ நாராயணமூர்த்தி தோன்றித் தங்களையும், ஆரியர் வேதத்தை ஒப்பாத தமிழர்களையும் அழித்துவிடப் போகின்றனாம் ஆகையால் ஆரியர்கள் கொள்கைப்படி நடப்பதாக உறுதி கூற வேண்டுமாம். பூணூல் தரித்துக் கொள்ள வேண்டுமாம். சடங்குகட்கு உட்பட வேண்டுமாம் ஆரியர்களை வணங்க வேண்டுமாம். அவர்களுடைய ஆரிய வேதியர்கள் சொல்லும் விதமாக கர்மானுஷ்டானங்களில் ஈடுபடவேண்டுமாம். தமிழர்களை நல்வழிப்படுத்தவே ஆரியர்களை கடவுள் இங்கு உற்பத்திச் செய்தாராம். இன்னும் என்னென்னமோ சொல்லு கிறார்கள். இராஜபாட்டை நிர்த்தூளிப்படுகிறது, தலை துள்ளிப் போகிறார்கள்.

பாட்டு

(அடாணா – ரூபகம்.)

இரணியன்:

கெட்ட ஆரியரை நாச காரியரை விட்டிடாதே - அவர்
ஆணவந் தன்னை அடக்கிடவேண்டும் இப்போதே

அநுபல்லவி

ஏருழவர் மாடுகளை இணைத்தல் போலவரைப்
பிணைத்துக் காவலிலே திணித்து வைத்திடுவாய் (ஆரிய)

சரணம்

சேரிவிட்டு ராஜ வீதி வந்தாரெனில் தீயருக்கிங் கென்ன
வேலை? இந்த ஊருக்கடுக்காத காரியம் செய்திடில்
உரிக்கவேண்டுமவர் தோலை.

காரியத்தையே மிகுந்த தீவிரத்திரலே நடத்தும்
காதகர்க்கு நானிறுத்த ஆணையைப் புலப்படுத்தி (ஆரிய)

இரணியன்: *(கோபமாய்) இதே நேரத்தில் செல். சீக்கிரம் செல்; மாடுகளைப் பிணைப்பது போல் அவர்கள் அனைவரையும் சரமாகப் பிணைத்து அவசரமாக நம்மால் கூட்டப்படும் நியாய சபைக்குக் கொண்டு வா. போ! இன்னும் சேவர்களை அழைத்துப் போ! நமது இந்த ஆணைக்குப் கீழ்ப் படியாதவர்களைக் கண்டங் கண்டமாய் வெட்டி வீழ்த்து, நாளைய மறுநாள் காலை அவசர நியாய சபை கூட்டப்படும். விரைந்து போ.*

[தூதுவன் வணங்கி மறைதல்]

இரணியன்: *லீலாவதி! பார்த்தனையா ஆரியர்களின் அட்டகாசத்தை?*

லீலாவதி: *நாதா! நமது தமிழர்கள் ஆரியர் வார்த்தையில் மயங்குவது தான் விந்தையாக இருக்கிறது!.*

இரணியன்: *தமிழ் வாலிபர்களை ஆரியர் பெண்களைக் கொண்டு வசப்படுத்துவதுண்டு. ஆரியப் பெண்கள் வெண்ணிற முடையவர்களாயிருக்கின்றார்கள். நம் நாட்டிலுள்ள அரசர்களைத் தந்திரத்தால் வசப்படுத்தியதோடு சூழ்ச்சியால் அவர்களைக் கொன்றார்கள். தங்களை வணங்கிப் பூசித்தால் மறுபிறப்பில் சொர்க்கம் என்ற ஓரிடத்தில் இருந்து கொண்டு பல இன்பங்களை அடையலாம், என்றல்லவா கூறுகிறார்கள்! நம்மை எதிர்ப்பவர்கள் நரகம் என்ற இடத்தில் மகா துன்பம் அடைய வேண்டும் என்பார்கள். இவற்றை நம்புகிறவர்கள் அவர்கள் வசப்பட்டு விடுகிறார்கள். முளையிலேயே நமது பெரியோர்கள் ஆரியப் பூண்டைக் கிள்ளி எறியாததால் இன்று கோ ாரி கொண்டு பிளக்க வேண்டிய சிரமம் ஏற்பட்டு விட்டது. முனிவர் என்றும், ரிஷிகள் என்றும் பெயர் வைத்துள்ள ஆரியப், பாதிரிகளே இதில் முன்னின்று வேலை செய்கிறார்கள். அதிருக்கட்டும், நாழியாகிறது. உணவருந் தலாம் – வருத்தந் தணி, சீக்கிரம் குமாரன் வந்து விடுவான்.*

காட்சி - நான்கு

இடம் : *காட்டுப் புறத்திலுள்ள கூடாரத்தின் பக்கத்தில் ஒரு தனித்த இடம்.*

பாத்திரங்கள்: *பிரகலாதன், காங்கேயன், கஜகேது, சித்ரபானு, மகரிஷி ஒருவர்.*

காங்கேயன்: *என்னையும் கூடாரத்திலுள்ள மற்றும் உனது உடற் காப்பாளரையும் இங்கு விட்டுவிட்டு இத்தனை நாள் நீ எங்கே போயிருந்தாய்?*

பிரகலாதன்: *நீயும் நானும் சற்றுத் தூரத்திலுள்ள சிங்கார வனத்திற்குச் சென்றோமல்லவா?*

காங்கேயன்: *நீ என்ன கனவா கண்டாய்? சிங்காரவனத்திற்கு நானுமா வந்தேன்?*

பிரகலாதன்: *இன்னும் அதிக நாள் ஆகவில்லையே! அதற்குள் மறந்தாயே!*

காங்கேயன்: *நான் மறந்துவிடவில்லை. நீதான் ஏதோதோ உளறுகிறாய்.*

பிரகலாதன்: *சரி! அந்த இடத்தில் நாம் இருவரும் ஆரிய வனிதையைக் கண்டது ஞாபகமிருக்கிறதா?*

காங்கேயன்: சரியாய்ப் போயிற்று. உனக்கென்ன பெண் பைத்தியம் பிடித்துவிட்ட காரணத்தால் இப்படியெல்லாம் நடவாததை நடந்த மாதிரி நினைக்கிறாயா?

பிரகலாதன்: அது நிற்க, அவள் என்மீது காதல் கொண்டது ஞாபக மில்லையா?

காங்கேயன்: சொல்வாருக்கு மதி இல்லாவிட்டாலும் கேட்பாருக்குத் தான் மதி கெட்டுப்போகுமா? ஆரிய வனிதை உன் பேரில், தமிழன்மீது காதல் கொள்வதுண்டோ? அதென்ன ஞாபகமிருக்கிறதா? ஞாபகமிருக்கிறதா என்று என்னைக் கேட்கிறாயே? எனக்கு ஞாபகம் எங்கும் போய்விடவில்லை. நீதான் வெறியன் போல் எதேதோ உளறுகின்றாய்.

பிரகலாதன்: சரி! நான் தான் உளறுகிறேன். விட்டுவிடு.

காங்கேயன்: பின்னென்ன? இப்போது சொன்ன இத்தனை பெரிய கதையா என்னெதிரில் நடந்தது? பிரகலாதா? உனக்கு உடம்பு சரியில்லையா? ஏதாவது மயக்கமுண்டா! உனக்குச் சித்த ஸ்வாதினம் கெட்டிருப்பதாய் நான் யூகிக்கிறேன்.

பிரகலாதன்: காங்கேயா? நான் விளையாட்டுக்காக இவ்வாறு கூறினேன்; வேறொன்றுமில்லை.

காங்கேயன்: அப்படியானால் இத்தனை நாள் நீ எங்கே தான் போயிருந்தாய்.

பிரகலாதன்: *பிறகு சொல்கிறேன். அதோ யாரோ வருகிறார்கள்.*

அவர்கள் நம்மை நோக்கி வருகிறார்கள் போலிருக்கிறது (உற்றுக் கவனித்து) சரி, சரி, காங்கேயா! நீ இங்கேயே இரு; நான் வந்துவிடுகிறேன்.

பிரகலாதன்: *(தன்னை நோக்கி வந்த மகரிஷி ஒருவர், சித்ர பானு, கஜகேது ஆகியோரை எதிர்கொண்டு) மாமா, நாயகி, என்ன விசேஷம்? யாரால் உங்கட்கு இன்னல் ஏற்பட்டது. முகவாட்டத்திற்குக் காரணம் என்ன?*

மகரிஷி: *இளவரசே! உமது மாமன் உமது காதலி துக்கக் கடலில் ஆழ்ந்துள்ளார்கள். அவர்களால் பேச முடியாது. அவர்களின் உள்ளம் குமுறுவது அவர்களின் முகத்தில் தோன்றவில்லையா? என்ன செய்வது? பரிதாபம்! ஒரு பக்கம் இரண்யச் சக்ரவர்த்தியோ உமது தந்தை. தந்தையாரால் சிறைப்படுத்தப்பட்ட ஆரிய ஜனங்களோ உமது மாமனாரின் பந்துக்கள்; இந்தத் தர்ம சங்கடத்தில் நாங்கள் என்ன செய்வதென்றே தோன்றவில்லை.*

பிரகலாதன்: *அப்படியா?*

மகரிஷி: *விஷயத்தைப் பொறுமையாய்க் கேளும். உமது பத்தினி சித்ரபானு இருக்கிறாளல்லவோ? அவளுடைய தாய்ப்பாட்டி, பாட்டன், சிற்றப்பன், சிற்றன்னை அவர்களுடைய பிள்ளைகள் ஆகச் சுமார் 50 பேர்கள் நேற்று ராஜபாட்டையில் சென்று கொண்டிருந்தார்கள். வழியில் தமிழர்கள் அவர்களை எதிர்த்திருக்கிறார்கள் இவர்கள் பதில்பேசாமல் போய்க் கொண்டிருந்தார்கள்.*

ஆரியர்களை ஒருவர் இம்சை செய்தால் ஆரிய ஜனங்கள் பதிலுக்குப் பதில் செய்வதில்லையல்லவா! அவர்கள் தாம் தெய்வ பலமுடையவர்களாயிற்றே! அவர்கள் எதிர்க்க வேண்டிய அவசியமில்லையல்லவா? பிறகு என்ன நடந்ததென்றால் சக்கரவர்த்தியவர்களின் கட்டளைப் படி அநேக சேவகர்கள் கண், மூக்கு, கை, கால்களை அறுத்துச் சின்னாபின்னப்படுத்தியதுமன்றி, அனைவரையும் பிணைத்து அரச மாளிகையின் அண்டையில் உள்ள பெரிய சாவடியில் அடைத்து வைத்துள்ளார்கள். நாளைக்குச் சக்ரவர்த்தி விசாரணை செய்ய எண்ணி இருக்கிறாராம். விசாரணை என்பது மேலுக்குத்தான். சக்ரவர்த்திக்குத்தான் ஆரியர் என்றால் வேம்பாயிற்றே! அனைவரையும் கொலை செய்யும்படி ஆக்ஞாபித்து விடுவார். நாராயணமந்திர பலத்தால் இந்நாட்டுத் தமிழர்களையும், இந்தச் சக்ரவர்த்தியை யும் இதே நொடியில் நிர்மூலப்படுத்துவது எங்கள் போன்ற ஆரியக் குருக்களுக்குக் கஷ்டமன்று. ஆயினும் உமது முகத்திற்குப் பார்க்க வேண்டியிருக்கிறது.

சித்ரபானு: பிராண நாதா! எனது தாயும் மற்றும் எனக்கு நெருங்கிய உறவினரும் சாகப் போகிறார்களே! நான் இந்நாட்டின் இளவரசுக்கு, ஓர் ஒப்பற்ற வீரருக்கு மனைவியல்லவா? அந்தோ! என் மாமனாகிய அந்த இரண்யச் சக்ரவர்த்தியை இதே தருணத்தில் மந்திர பலத்தால் பஸ்மீகரப் படுத்துகிறேன் என்று கிளம்பிய மகரிஷியை நான் கெஞ்சிக் கேட்டுக் கொண்டேனே! அது போல எனது உறவினருக்கு ஏற்பட்ட துன்பத்தை நீக்க உங்கள் உடல் ஏன் பதைக்கவில்லை! உம்மை நான் மணந்ததின் பயன் இதுதானா?

பிரகலாதன்: *கண்மணி! வருந்தாதே. உன் உறவினரைக் காப்பேன், சந்தேகியாதே. இந் நாட்டினர் அனைவரும் ஒருங்கே என்னை எதிர்ப்பினும் நான் பின் வாங்கப் போவதில்லை; உன் தாயாரும் சிறைப்பட்டார்களா? உன் சிற்றன்னை முதலியவர் களுமா சிறைபட்டார்கள்? ஆஹா!*

கஜகேது: *மருகரே! உம்மால் முடியாவிட்டால் கூறிவிடும் ஒரு வார்த்தை. நானும் எனது குமாரத்தியும் அந்த இரணியன் எதிரில் குத்திக்கொண்டு செத்துப் போகிறோம். என் மனைவி யும் உறவினரும் கொலையுண்ட பின் எங்களுக்கு இந்த உலகம் கருப்பங்கட்டியா! நீர் ஒரு வீரத் தமிழரானால் எடுங்கள் வாளை, உங்களுக்கு அனுகூலமாகச் சேனாதிபதியும் இருக்கிறார்.*

பிரகலாதன்: *ஆஹா நான் பின் வாங்கப் போவதில்லை. [வாளை உருவுகிறான்]*

மகரிஷி: *(தடுத்து) இளவரசே, பொறுமை கடலிலும் பெரிது பதறாதீர்கள். வினைவலியும், துணைவலியும் சீர்தூக்கி ஒரு காரியத்தை தொடங்கவேண்டும். சமீபத்தில் உமக்கு இளவரசுப் பட்டம் கட்டப் போகிறார்கள். அதற்குள் நாம் எல்லாவித ஆதரவுகளையும் தேடிக்கொள்ள முடியும். இப்போது சிறைப்பட்டவர்களைத் தந்திரமாக மீட்க வழி தேடினால் போதும்.*

பிரகலாதன்: *அதற்கென்ன செய்யலாம்? நீங்களே சொல்லி யருளுங்கள்.*

மகரிஷி: இன்றிரவு நீரும் இங்குள்ள வேறு சிலரும் மாறு வேஷத்துடன் அரண்மனையண்டை சென்று சிறைப் பட்டவர்களைப் மீட்டுக்கொண்டு வந்துவிடுவது உமக்குக் கஷ்டமல்லவே!

சித்ரபானு: நாதா! அவ்வாறே செய்யலாம், எப்படியாவது என் உறவினரும் தாயாரும் மீண்டால் போதும்.

பிரகலாதன்: அவ்வாறே உறுதி கூறுகிறேன்.

சித்ரபானு: அப்படியானால் நானுந்தான் உங்களுடன் வருவேன்.

பிரகலாதன்: என் ஆருயிர்க் காதலியே! கட்டுக் காவல் உள்ள ஆபத்துக்குரிய இடத்தில் நீ வரலாகாது.

சித்ரபானு: ஒரு போதும் அப்படிப்பட்ட ஆபத்தான இடத்திற்கு உங்களை நான் தனியாக அனுப்பச் சம்மதிக்க மாட்டேன். உயிரைவிட்டு உடல் பிரியாததுபோல் நான் உங்களை விட்டுப் பிரியமாட்டேன். உங்களுக்கு நேரிடும் ஆபத்து எனக்கும் நேரட்டும். இதற்குச் சம்மதிக்காவிடில் என்னுயிரை இப்போதே மாய்த்துக் கொள்வேன்.

பிரகலாதன்: மாமா! இதென்ன, சித்ரபானு இந்த விஷயத்தில் இவ்வாறு பிடிவாதம் செய்கிறாள்?.

கஜகேது: நான் இதில் ஒன்றும் சொல்வதற்கில்லை.

மகரிஷி: *இளவரசே! நீர் ஓர் ஆபத்துக்குரிய விஷயத்தை நாடிச் செல்லப் போகின்றீர். கற்புடைய உமது மனைவி அச் சமயத்தில் உம்மைப் பிரிய இசைவாளா?*

பிரகலாதன்: *பெண்ணே! அப்படியானால் வா. இன்றிரவு அரண் மனைப் பக்கம் ரகசியமாய்ச் செல்ல நீ ஆயத்தமாயிரு.*

கஜகேது: *மருகரே! காங்கேயன் விஷயம் என்னவாயிற்று?*

பிரகலாதன்: *உங்கள் மந்திர சக்தியால் அவன் அனைத்தையும் மறந்து விட்டது வாஸ்தவந்தான். இன்றிரவு நானும் என் நாயகியும் மாளிகையை நாடிப் போக இருக்கும் காரியம் இனிது நிறை வேறும் வண்ணம் நீங்கள் ஆசீர்வாதம் செய்ய வேண்டும்.*

மகரிஷி, கஜகேது: *(இருவரும்) ஜயமுண்டாகுக! ஜயமுண்டாகுக!*

[கைகளைத் தூக்கி ஆசீர்வதித்தல்.]

பிரகலாதன்: *(நமஸ்கரித்து) நான் கூடாரத்திற்குச் சென்று திரும்புகிறேன். நீங்கள் போய் வருகிறீர்களா?*

[போய் விடுகிறான்.]

மகரிஷி: *பெண்ணே சித்ரபானு! இங்கு வா நான் சொல்வதைக் கவனமாகக் கேள். இன்றிரவு*

பிரகலாதனுடன் நீ செல்லும் போது கையோடு ஓர் ஈட்டியைக் கொண்டுபோக வேண்டும் தெரிகிறதா?

***சித்ரபானு**: தெரிகிறது.*

***மகரிஷி**: நீங்கள் முகமூடி பூண்டு செல்லவேண்டும்.*

***சித்ரபானு**: சரி.*

***மகரிஷி**: பிரகலாதன் சிறைச்சாலையண்டை சென்று அவர் களை உனக்குக் காட்டுவான். அந்த கூட்டத்தில் உன் தாய் இருக்கமாட்டாள் அல்லவா?*

***சித்ரபானு**: ஆம்! அவள்தான் நம் வீட்டிலிருக்கிறாளே!*

***மகரிஷி**: "ஐயோ! என் தாயைக் காணோமே!" என்று பாசாங்கு செய். அதற்கென்ன செய்வது என்று பிரகலாதன் கேட்பான். அதற்கு நீ உடனே "என் தாயை மாளிகையிலும் இரண்யன் அந்தப் புரத்திலும் தேடவேண்டு மென்று வற்புறுத்து. பிரகலாதன் இசைந்தாலும் இசைவான். அப்படி இசைந்து உன்னை அந்தப் புரம் அழைத்துச் சென்றானேயானால், சந்தர்ப்பம் தெரிந்து வெகுதைரியமாகக் கூடுமானால் பிரகலாதனுக்கும் தெரியாமல் தூங்கிக் கொண்டிருக்கும் இரணியன் மார்பில் உன்னிடம் உள்ள ஈட்டியை எறி. அவன் இறந்தால் ஒழிந்தது நம்மைப் பிடித்த சனி! நீ அகப்பட்டுக் கொண்டாலும் பிரகலாதன் ஆயுதபாணியாய் இருப்பதால் உன்னை மீட்டுக் கொள்வான், பயப்படாதே! இரணியன் தேச*

பக்தியுள்ளவன் ஆரியரென்றால் அவனுக்கு ஆகாது மேலும் பேரறிவாள னாயும் இருக்கிறான். நமது வாழ்க்கை முறையையே அந்த வீரத் தமிழன் ஒத்துக்கொள்ளக் கூடியவனுமல்லன். அவன் ஒழிந்தால் ஆட்சி இந்த பிரகலாதன் வசந்தான் வந்துவிடும். பிரகலாதனைத்தான் நாம் கைவசப்படுத்தி விட்டோமே. நாம் வைத்ததுதான் சட்டம். ஆரியர் முன்னேற்றம் உன்னிடந்தான் இருக்கிறது. வெற்றியோடு திரும்புவாயானால் சோமரசம் உண்டு நாம் கூத்தாடலாம். சிறையிலுள்ள ஆரியரை வரும் போது மீட்டுக் கொண்டு வந்து விடுங்கள்."

சித்ரபானு: என்னால் கூடியதெல்லாம் செய்கிறேன்.

காட்சி - ஐந்து

இடம் : *அரண்மனை அந்தப்புரம் (நள்ளிரவு)*

உறுப்பினர் *: பிரகலாதன், சித்ரபானுவும் முகமூடி யுடன், சிறைச்சாலைக் காவலர் இருவர், இரணியன், லீலாவதி.*

[முகமூடிகளிருவரும் அரண்மனை மேல்மாடியிலிருந்து சிறைச் சாலையைக் கவனித்த பின்]

பிரகலாதன்: *சிறைச்சாலையின் உன் தாய் இருக்கவில்லையே! நீயும் கவனி.*

சித்ரபானு: *என் வருத்தம் இன்னும் அதிகரிக்கிறது. சில சமயம் அரண்மனையின் வேறிடத்தில் என் தாயை அடைத்திருக்க கூடும் இப்பக்கமாக வாருங்கள்; போகலாம்.*

[செல்லுகிறார்கள், பலவிடத்திலும் பார்த்தபின்]

பிரகலாதன்: *ஜாக்கிரதை! அதோ தெரிகிறது பார் அந்தப்புரம்? அப் பக்கம் போகலாகாது.*

சித்ரபானு: *பாதகமில்லை; சென்று பார்க்கலாம்.*

பிரகலாதன்: *என் தந்தையின் சயன அறை மிக்க பாதுகாவல் உடையது. நீ போகலாகாது.*

சித்ரபானு: *நீர் பயப்பட வேண்டாம். நானும் யுத்தப் பயிற்சி உடையவள்தான். (மேல்மாடியிலிருந்து ஜன்னல் வழியாக அந்தப்புரத்தில் நுழைதல்) நாதரே! நீங்கள் அங்கேயே இருங்கள். நான் பார்த்துவிட்டு வந்துவிடுகிறேன்.*

பிரகலாதன்: *ஜாக்கிரதை! அவசரப்படாதே! சீக்கிரம் வந்து விடு.*

[இரணியன் அந்தப்புரத்தில் மஞ்சத்தில் லீலாவதியுடன் நித்திரையி லிருப்பதை சித்ரபானு கவனித்துப் பல பக்கங்களிலும் கவனித்த பின் தனது ஈட்டியின் கூர்மையை ஒருமுறை கையில் தடவிப் பார்த்து இரணியன் மார்பில் குறி வைத்து எறிதல்; [ஈட்டி இரணியன் மார்பில் பட்டு ஊடுருவாமல் கீழே விழுகிறது]

பாட்டு

இரணியன்:

பிலஹரி - ரூபகம்

காவலாளர்களே!

அநுபல்லவி

கனத்தபடை பிடித்தெனது படுக்கையறை யடுத்துலவும்

(காவலாளர்)

சரணம்

காட்டிடை நரியென ஒருபெரு நாட்டினில் எலியென இதுததி வீட்டினில் எவனவன் ஒரு பெரும் ஈட்டியை எறிபவன்

விரைவொடு காணீர் -

காணீர் இதற்குமதுளம் நாணீர் சுயமதிப்பினைப்

பூணிர்! அரண் மனை யுள, (காவலாளர்)
ஈடற்ற என் மாடிப்படி மீதிப்படி ஏறித்துயில்
நேரத்தினி லேயுற்றிடும் மூடப்பயல் பேடிப்பயல்
எங்கே பஞ்சைப்பயல் எங்கே? வஞ்சப்பயல் எங்கே? -
எங்கே இங்கித் ததி. (காவலாளர்)

இரணியன்: *(மார்பில் கை வைத்தபடி திடுக்கிட்டு எழுந்து நிதானித்து)* யாரடா காவலர்! *(உடனே நான்கு காவலர்கள் ஆயுதத் துடன் ஓடிவருதல். இரணியன் சமீபத்தில் கிடந்த ஈட்டியைக் கையில் எடுத்துக் கவனித்து)* காவலர்களே! மாளிகையின் மேற்புறத்திலிருந்து யாரோ என் மார்பை நோக்கி இந்த ஈட்டியை எறிந்தனர். தேடிப் பிடியுங்கள்.

லீலாவதி: *(திடுக்கிட்டெழுந்து கவனித்து)* அந்தோ! நாதா! *(இரணியன் மார்பைத் தடவுதல்) (காவலர் நாலா பக்கமும் ஓடிச் சிறிது நேரத்தில் சித்ரபானுவைப் பிடித்து வருகிறார்கள்)*

இரணியன்: சிரித்து இதென்ன ஆச்சரியம்! முகமூடியை எடுங்கள்.

[காவலர் முகமூடியை எடுக்கப் போகும்போது சித்ரபானு தன்னை விடுவித்துக் கொள்ள முயற்சித்தல். காவலர் ஆயுதத்தைக் காட்டி பலாத்காரம் செய்து முகமூடியைக் களைதல்]

பாட்டு

'இந்திராதியர் கண்டு மயங்கு' என்ற மெட்டு

செஞ்சுருட்டி – ரூபகம்

இரணியன்:

ஆச்சரியமே! சூழ்ச்சி செய்ய வந்தாய்
சீச்சீ நீயொரு பெண்பூச்சி! (ஆச்)
என் - அரண்மனை தனில் நுழைந்தனையா?
பேச்சும் பேசாத மிலேச்சப் பெண்ணே, இன்று
பேடித்தன ஆரியரின் மூடச்செயல் சாலநன்று
நீங்கள் சொல்லும் ஈசுரர் ஆணையும் பூசுரர் ஆணையும்
இதுவோ? நித நிதம் வெகு ஜனங்களிடம் (நீங்கள்)
தூங்கும்போது கொல்லச் சொல்வது நீதமா? ஈங்கிது
போல் செய்வதுதான் ஆரியரின் வேதமா?

ஓஹோ! ஆரிய சூழ்ச்சியா? மிலேச்சப் பெண்ணே. என்னைக் கொல்ல வேண்டும் என்பது உங்கள் கருத்தா? தூங்கும்போது கொலை செய்வது தானா உங்களின் மனிதத் தன்மை? பூசுரர்களின் தெய்வ பலம் எங்கே? கடவுள் ஏற்படுத்தியதாக நீங்கள் சொல்லித் திரியும் வேதத்தின் கட்டளை இதுதானா? பேஷ்! எய்தவரிருக்க அம்பை நோவதும் சரியல்லல. நீயோ ஒரு பெண்ணாயிருக்கிறாய்.

காவலர்: மகாராஜாவே! இவ்வளவு கொடிய பாதகியை உடனே கழுவேற்றிக் கொல்ல உத்தரவுதர வேண்டுகிறோம்.

இரணியன்: பெண்பாலைக் கொலை செய்து கையைக் கறைப் படுத்திக் கொள்ளலாகாது. ஆண்மையுள்ள தமிழனுக்கு அது அழகாகாது. ஈட்டியைக் கையில் தந்து அப்பெண்ணை வீட்டுக்குப் போகவிடுங்கள்.

[இரணியனும் லீலாவதியும் மஞ்சத்தில் படுத்து போர்வையால் போர்த்துக் கொள்ளுகிறார்கள்.]

[சித்ரபானு போகிறாள்: காவலர் பின்தொடர்ந்து வரும்போது]

ஒரு காவலன்: *(மற்ற காவலர்களை பார்த்து)* நமது சக்ரவர்த்தியைக் கொலைசெய்ய அந்தப்புரத்தில் இரவில் நுழைந்த இவள் சக்ரவர்த்தியின் மார்பை நோக்கி எறிந்த ஈட்டிமுனைபட்ட காயத்தில் ரத்தம் பெருகிக் கொண்டிருக்கும் போதும் – அந்தோ! இப் பாவியைச் சக்ரவர்த்தியானவர் மன்னித்தாரே!

(சித்ரபானுவை நோக்கி) அடி! ஆண்மையற்ற ஆரிய நரிக் கூட்டத்தில் பிறந்தவளே! உங்கள் ஆரியப் போக்கையும் பார்! தமிழரின் பெருந்தன்மையும் பார்! ஓடு!)

சித்ரபானு: *(வெளியில் வந்து தனிமையாய்)* ஆஹா! என்ன பெருந் தன்மை! பகைவர்க்கு அருள்புரியும் இந்தத் தமிழ் மன்னன் தன்மை எப்படிப்பட்டது? ஆயினும் எமது ஆரியர் கட்டளைப்படி தமிழர் உயர்வைப் பற்றி பாராட்டக்கூடாது.

[ஒருபுறமாகச் சித்ரபானு வந்து அங்குத் தப்பி ஓடிவந்து காத்திருக்கும் பிரகலாதனைச் சந்தித்து]

நாதா! எனது ஈட்டியானது தவறிக் கீழே விழுந்ததினால் உமது தந்தை விழித்துக் கொண்டார். உடனே கூச்சலிட்டார். காவலர் வந்து என்னைப் பிடித்துக் கொண்டு போய் உமது தந்தையின் எதிரில் நிறுத்தி

என்னை மானபங்கப்படுத்தினார்கள். நானொரு பெண்ணென்றும் கருதாமல் உமது தந்தை வாய்க்கு வராத வார்தைகளால் திட்டினார். உடனே நான் புலிபோல் பாய்ந்து எனது ஈட்டியையும் உமது தந்தையிடமிருந்து பிடுங்கிக் கொண்டு வந்துவிட்டேன். என்ன இருந்தாலும் அவர் எனக்கு மாமனார் ஆனதினால் அவரைக் கொல்லாமல் வந்துவிட்டேன்.

பிரகலாதன்: இவ்வளவும் நடந்ததா? என் ஆருயிர்க் காதலியே! எப்படியாவது நீ தப்பித்து வந்தாயே அதுவே போதும். உனக்கு ஏதாவது ஆபத்து நேர்ந்திருந்தால் என்னுயிர் என்னவாவது? வா, போகலாம், அரண்மனையில் அனைவரும் விழித்துக் கொண்டிருப்பார்கள். இங்கே நிற்கலாகாது.

[இருவரும் போகிறார்கள்.]

காட்சி - ஆறு

இடம் : சித்ரபானுவின் வீட்டுப் பூசை விடுதி.
உறுப்பினர் : சேனாதிபதி, சித்ரபானு

சித்ரபானு: *(சேனாதிபதி பிரவேசிக்கக் கண்டு)* வரவேண்டும் வர வேண்டும். தங்களை உபசரிக்கவும் எனக்குச் சக்தியில்லாம லிருக்கிறது.

சேனாதிபதி: காதலி! என்ன நூதனம்! இதென்ன மஞ்சள் உடை உடுத்தியிருக்கின்றாய்?

சித்ரபானு: எல்லாம் தங்கள் பொருட்டே! என்ன செய்வேன்? நான் உலகில் ஏன் பிறந்தேனோ தெரியவில்லை? எனது பெற்றோரிடம் நான் உங்கள் மேல் காதல் கொண்டு விட்டதாகவும், உங்களைத்தான் மணப்பேன் என்பதாகவும் எவ்வளவோ கெஞ்சிப் பார்த்தாலும் அவர்கள் சம்மதிக்க மாட்டோம் என்கிறார்கள். காரணம் நீங்கள் தமிழர் என்பது தான் அவர்கள் அபிப்ராயம். நமக்கு அனுகூலப் படும் பொருட்டே நான் கௌரி தேவியை நோக்கி விரதம் பூண்டுள்ளேன். இன்னும் என் விரதம் முடியவில்லை.

சேனாதிபதி: நான் தமிழனே, சந்தேகமில்லை, ஆயினும் நான் ஆரிய வேதத்தையும், மதத்தையும் அங்கீகரித்து வருகிறேன். இன்னும் என்மீது சந்தேகம் என்ன? உன்மீது வைத்த காதலால் நாளுக்கு நாள் என் உடல் துரும்பாகிவருவதை நீ அறியவில்லையா?

சித்ரபானு: அந்தோ! காதலரே! நான் உணர்கிறேன். நான் தங்கள் மேல் வைத்த காதல் நோயால் இறக்கும் தருவாயிலிருந்ததைப் பார்த்தும் என் பெற்றோருக்கு என்மீது இரக்கம் பிறக்க வில்லையென்றால் வேறு என்ன சொல்ல வேண்டும்? நான்கு திங்களாக ஆரியருக்கு அந்த இரணியனால் நடந்து வரும் தீங்குகளைச் சொல்ல முடியாது. இது தங்கட்குத் தெரியாதா?

சேனாதிபதி: கேள்வியுற்றேன். எவளோ ஒரு துஷ்ட ஆரியப் பெண் நடுநிசியில் சக்ரவர்த்தி பள்ளியறையில் நித்திரை செய்கையில் ஈட்டியை எறிந்தாளாம். அரசருக்கு நடு மார்பில் காயமும் ஏற்பட்டதாம். எமது பெருந்தன்மையுள்ள தமிழ்ச் சக்ரவர்த்தி அந்தப் பாதகியை மன்னித்துவிட்டாராம். மேலும், ஆரியர்கள் இராஜபாட்டையில் நின்று அட்டகாசம் செய்தும் தமிழர் வாழ்க்கை முறைகளை இழிவுபடுத்தியும் வருவதால் அவர்களையெல்லாம் சிறைப்படுத்தியிருக்கிறார்களாம். இதுவுமின்றி ஆரியர் இந்த அரசாங்கத்தைக் கவிழ்க்க வேண்டுமென்ற கெட்ட எண்ணத்தோடு நடத்திய அநேக சூழ்ச்சிகளும் அரசாங்கத்திற்குத் தெரிந்திருக்கிறதாம். அதில் சம்மந்தப்பட்ட அநேக ஆரியர்களையும் சிறைப்படுத்தி யிருக்கிறார்களாம்.

சித்ரபானு: ஆரியப் பெண்கள் மேலும், ஆரிய ஆடவர்கள் மேலும் சுமத்தியிருக்கும் இவ்வபாண்டகளையெல்லாம் நீங்கள் நம்புகிறீர்களா?

சேனாதிபதி: அதுபற்றி எனக்கு ஒன்றும் தெரியாது. எப் பக்கத்து நியாயத்தையும் நான் அறியேனாதலால் அதில் நான் என்ன சொல்ல முடியும்?

***சித்ரபானு**: என் பெற்றோர் அபிப்ராயம் என்னவெனில் என்ன இருந்தாலும் சேனாதிபதியாகிய நீங்கள் சக்ரவர்த்திக்குக் கீழ்ப்பட்டவர்; என்னை நீங்கள் மணந்து கொண்டதும் சக்ரவர்த்தியார் குறுக்கிட்டு, அவளை நீக்கிவிடு, என்றால். என் கதி என்னாவது? எனக்கென்னமோ, தங்களை மணந்து கொள்ளவேண்டும் என்பதுதான் என் எண்ணம். பெற்றோர் அபிப்ராயத்தையும் நான் அனுசரிக்க வேண்டுமல்லவா? இவையெல்லாம் ஒரு புறமிருக்கட்டும்! கடைசியில் ஒரு செய்தியைச் சுருக்கமாக உங்களிடம் சொல்லுகிறேன்: எப்படி யாவது நீங்கள் இந்தத் தேசத்திற்கு ஏகச் சக்ராதிபதியாகவும், நான் தங்கள் பட்ட மகிஷியாகவும் ஆகிவிடுவதில் உங்களுக்கு ஆட்சேபனை இராதே?*

பாட்டு

'தேவகுமார சேசு' என்ற மெட்டு

அமீர் கல்யாணி - திஸ்ர ஏகம்.

***சேனாதிபதி**:*

*எட்டாத கொம்புத் தேனும் கிட்டுமென்று சொல்வதா?
பட்டாளச் சக்ரவர்த்தியைப் பாரில் நானும் வெல்வதா?
எட்டான திசைகளிலும் இரணியன் என்று சொன்னால்
மட்டற்ற மகிழ்ச்சி கொள்வார் அவரையெல்லாம் கொல்வதா?*

***சேனாதிபதி**: பெண்ணே! இது ஆகும் காரியம் அல்லவே!*

***சித்ரபானு**:*

கஜல்

கட்டாணி முத்தே என் காதலரே நான் வணங்கும் கௌரி தேவி இட்டாலாகா ததுவும் ஒன்றுளதோ? ஆரியர்க்கே இசைந்த தெய்வம் நட்டானாய் இருப்பதுண்டு நாராயண மூர்த்தி நம்மையே கை விட்டானா என்பதையும் விளக்கிடுவேன் சீக்கிரத்தில் மெல்லி நானே

பாட்டு

பட்டாபிஷேகம் செய்து பார்த்திடுவேன் உம்மையே
பக்கத்தில் நாயகியாய் நானிருப்பேன் மெய்ம்மையே.

சித்ரபானு: நான் எந்தக் கௌரியை நோக்கி தவங் கிடக்கின்றோனோ அந்தக் கௌரி தேவியின் சத்தியாலும், ஆரியரின் பக்க பலமாயிருக்கும் ஸ்ரீமந் நாராயணன் கிருபையாலும் எங்கள் காரியம் கைகூடும் என்பதில் எமக்குச் சந்தேகமில்லை.

சேனாதிபதி: மனிதனுக்கு ஆக வேண்டிய காரியம் மனிதனால் தான் ஆகமுடியும்! நாராயணன், கௌரி என்கிற வார்த்தை களால் நீங்கள் எதைக் குறிப்பிடுகிறீர்கள் என்பதுதான் விளங்க வில்லை. ஆயினும் உன் வார்த்தையை கொண்டு நான் நம்பத் தடையில்லை. நான் சக்ரவர்த்தியாவதில் எனக்கு இலாபந் தான். ஆயினும் எனது சக்ரவர்த்தியாகிய இரணியனுக்கு நான் மனமாரக் கேடு செய்ய முடியாது.

சித்ரபானு: உங்கள் மனமாரச் சக்ரவர்த்திக்குக் கேடு செய்ய வேண்டியதில்லை. உலக நன்மையை உத்தேசித்துத் தாங்கள் ஆரியருக்கும், ஆரிய தருமத்தை அனுசரிக்கும் தமிழருக்கும், ஒரு தீமையும் செய்யாதிருக்க உறுதிகூறுகிறீர்களா? இந்த ஒரு வரத்தையாவது நீங்கள்

எனக்கு அளிக்கவேண்டும். நீங்கள் ஆரிய தர்மத்தை ஒத்துக் கொண்டதால் நீங்களும் ஆரியரே. ஆதலால் உங்களுக்கும் என் ஆரிய ஜனங்கள் ஒரு தீங்கும் செய்ய மாட்டார்கள்.

சேனாதிபதி: நான் ஆரியருக்கும், ஆரிய தர்மத்தை அனுசரிக்கும் தமிழருக்கும் என் மனமார ஒரு கெடுதியும் செய்வதில்லை; இது உறுதி.

சித்ரபானு: சீக்கிரம் திருமணம் நடக்க வேண்டியதுதான். என் விரத மகிமை இப்போதே எனக்குத் தெரிந்துவிட்டது; அனைத்தும் கௌரியின் சக்திதான். விரதம் முடிந்ததும் நாம் இருவரும் உயிரும் உடலுமாக இன்ப வாழ்வு பெறுவோமாக. இன்னும் சில நாளிலேயே என் விரதத்தை முடித்துவிடுகின்றேன். நாதரே! என் விரதம் முடிந்ததும் அதே நிமிஷத்தில் தங்களை நான் எங்கே காணுவது? தாங்கள் மாளிகையிலிருந்தால்தான் போயிற்று! இல்லாவிடில்?

சேனாதிபதி: என் ஆருயிர்க் காதலி! நானே அடிக்கடி வந்து போகிறேன்.

சித்ரபானு: விரதம் முடியும் வரைக்கும் என்னை இனி நீங்கள் காண முடியாது. நான் தேடியனுப்பித் தங்களை உடனே அழைத்துக் கொள்ளுகிறேன். அந்தோ! தங்களை நான் மணம் முடிக்கும் வரைக்கும் ஒரு நாள் கழிவது ஒரு யுகமாக இருக்குமே!

சேனாதிபதி: கண்மணி! வருந்தாதே! திருமணம் சீக்கிரம் முடிந்து விடும். இதோ முடிந்துவிடும். அவரசப்படாதே.

சித்ரபானு: *அந்தோ! விரதம் எப்போது முடியுமோ தெரியவில்லையே! விரதம் முடியும் வரைக்கும் தங்களை நான் பார்க்கக்கூட முடியாதே! அதுவரை உங்கள் உருவப் படத்தை யாவது பார்த்துக் கொண்டிருக்கலாமா என்று கனபாடிகளைக் கேட்டேன். 'வேண்டாம், வேண்டாம்' என்று அந்தப் பாவிகள் தடுத்தார்கள். என் ஆருயிர் நாதரே! உங்களிடம் நான் காதல் வசனங்களைக்கூட இப்போது உபயோகப்படுத்தலாகாதாமே! உங்கள் சௌந்தர்ய முகத்தைப் பார்க்கப் பார்க்க என் காதல் பெருகுகிறதே! அந்தோ! என்முன் நிற்காதீர்கள். (முகத்தைக் கையால் மறைத்துக் கொள்கிறாள்) அந்தோ! மறைந்தீர்களா?*

சேனாதிபதி: *வருந்தாதே. விரதத்தைப் பூர்த்திசெய். நான் போய் வருகிறேன்.*

[மறைதல்]

காட்சி - ஏழு

இடம் : தலைமை நீதிமன்றம்

உறுப்பினர் : நீதிபதி, இரணியன், மந்திரி, சேனாதி பதி,ஆலோசனை கூறுவோர், குற்றச் சாட்டின் விவரம் கூறுவோன், காவலர், குற்றவாளிகள்.

இரணியன்: (தனது சபையிலிருந்து) பெரியோர்களே! தமிழ் இரத்தம் ஓடும் எந்தத் தமிழனும் ஒழுக்கங்கெட்ட ஆரியர்களின் வலையில் விழமாட்டான் என்று நான் நம்புகிறேன். ஆரியர்கள் இந் நாட்டிலுள்ள இராஜ்யங்களைக் களங்கப் படுத்திச் சூழ்ச்சி செய்து தமது செல்வாக்கில் வைத்துக் கொண்டிருப்பதும் நமக்குத் தெரியும். ஆரியர்களின் செல்வாக்கில் வைத்துக் கொண்டிருப்பதும் நமக்கு தெரியும். ஆரியர்களின் செல்வாக்கு எங்கெங்கு உண்டாகிவிட்டதோ அங்கெல்லாம் நமது பழந்தமிழ் நூற்களை அழித்தும் திருத்தியும், தமிழர்களின் வாழ்க்கை முறையையே மறைக்க முயன்றும் வருகிறார்கள். இந்த ராஜ்யத்தைப் பற்றியும், இதை ஆளும் என்னைப் பற்றியும் ஆரியர்கள் அனைவரும் ஒரே மூச்சாக வேலை செய்து வருகிறார்கள். என் பெயரைக் கேட்ட அரசர்கள் அனைவரும் சிங்க சொர்ப்பனம் கண்டவர்கள் போல் திடுக்கிடத் தக்கதாய் என் புஜபலம் அமைந்திருப் பினும், ஆரியர்களின், மனிதத் தன்மையற்ற வஞ்சகக் சூழ்ச்சியின்முன் என் தோள் வலியும் ஆண்மையும் நிலை யற்றது என்பதை நான் அறிவேன். ஆயினும் பின்புறமிருந்து அம்பெய்யும் ஆரியப்பேடிகளின் கேவலத்துக்காக நானும் மனிதனென்கின்ற முறையில் இரங்குகின்றேன். மனிதத்

தன்மையை எள்ளத்தனை இழக்கவும் தமிழன் விரும்ப மாட்டான். ஆரியர்கள் அனைவரும் அவர்கள் சொல்லும் நாராயணன் முதலிய தேவர்கள் அனைவரும் ஒன்று திரண்டு வருவதானாலும் என்னை அவர்கள் மனிதத் தன்மையுடன், வீரத்துடன், நேரில் வந்து எதிர்க்கட்டும் என்று அந்த ஆரியர்களை நான் அறைகூவி அழைக்கிறேன் ஆரியர் வஞ்சக நரிகள், பேடிகள், தமது வஞ்சகக் செயலால் இந்த உலகத்தையே தம் வசப்படுத்தலாம். இந்த உலக மக்களை யெல்லாம் தனது மாய வலையிற் சிக்க வைத்து ஒரு குடைக்கீழ் ஆளலாம். ஆயினும் தமிழர்களை ஆரியர் பின்னின்று தாக்கிய விஷயம் மட்டும் இந்த உலகம் உள்ளவரை அழியாது என்று எண்ணுகிறேன்.

[அவையினர் கைதட்டல்]

இது மாத்திரமன்று. என்னை அந்த ஆரியர்கள் சூழ்ச்சியால் கொன்றாலும் கொல்லலாம். ஆயினும் இரணியன் என்ற வீரத் தமிழன் தனது வீரத்தால் மறைந்தான் என்ற கீர்த்தி உலகுள்ள மட்டும் மறையாது என்பேன். பிற்காலத்தில் ஆரியர்கள் தமிழ்வீரர்களைப் பற்றியும் என்னைப் பற்றியும் பொய் நூல்கள் எழுதி இழிவு படுத்தலாம்: ஆனால் பிற்காலத்தில் உண்டாக இருக்கும் பகுத்தறிவுள்ள தமிழர்கள் உண்மையை யறிந்து கொள்ளக் கூடுமென்று நம்புகிறேன். உண்மையை எவராலும் மறைக்க முடியாது. உலகில் நாளுக்கு நாள் எமது தமிழர்களிடம் வளர்ந்து வரும் பகுத்தறிவைத் தடை செய்ய எவராலும் முடியாது.

இதோ இரு தினங்கட்கு முன்பு நான் தூங்கும்போது என்னை ஒரு பெண்ணைக் கொண்டு கொல்ல நினைத்தார்கள் அவ் வஞ்சகர்கள். எனது நாட்டுத்

தமிழர்களை ஆரியர்களிட மிருந்து காக்க என்னுயிரை நான் பொருட்படுத்தப் போவதில்லை.
அவையோர்களே! என் நீதிமன்றத்தை ஆரம்பிக்கிறேன்.

[அமர்தல்]

[இரண்டு சேவகர்கள் நான்கு பேரை ஒன்றாய்ப் பிணைத்தபடி கட்டி இழுத்துக் கொண்டுவந்து அவையில் நிறுத்துகிறார்கள்.]

குற்றம் சாட்டி விவரம் கூறுவோன்: *பெருமானே! இவர்கள் ஆரியர் சேரியினின்றும் அரச பாட்டையில் நுழைந்ததோடு, அரச பாட்டையில் கூட்டங் கூட்டித் தமிழரின் நடைகளை இழித்துக் கூறியும், ஆரியர்களின் தீய வாழ்க்கை முறைகளை உயர்த்திக் கூறியும், நாராயணன் இங்குத் தோன்றி ஆரியரின் எதிரிகளையும் சக்கர வர்த்தியையும் அழிக்கப் போகிறான் என்று புளுகியும் ஆர்பாட்டம் செய்தார்கள். இவர்களின் நாக்கை யறுக்கத் தீர்ப்பளிக்க வேண்டுகிறேன்.*

இரணியன்: *நாராயணன் வந்து என்னையும் தமிழர்களையும் அழிக்க இருக்கும்போது இவர்கள் ஏன் என் பொருட்டு சூழ்ச்சி செய்யவேண்டும்? நாராயணனாவது என்னை நேரில் வந்து எதிர்ப்பானா? பேடித்தனமாகப் பின்னிருந்து அடிப்பானா? நன்று. இவர்களின் கண்ணைப் பிடுங்கிவிடும்படி தீர்ப்பளிக் கிறேன். (போகிறர்கள்)*

(வேறு நால்வரைப் பிணைத்தபடி இருசேவகர்கள் அழைத்து வருதல்.)

கு. சாட்டுவோன்: பெருமானே! மேற்படி நால்வர் செய்த குற்றங்களோடு அவர்கள் தங்கள் மந்திர சக்தியால் இதே நொடியில் சக்கரவர்த்தியை எரித்துவிட எம்மால் முடியும் என்று கூறினார்கள். இவர்களுக்குக் கொலை தண்டனை விதிக்க வேண்டுகிறேன்.

பாட்டு

(செஞ்சுருட்டி - ஆதி; வண்ணம்)

இரணியன்:

பிழைப்பதற்குத் தகுநிலம் இதுவென
நினைத்து வெட்கித் தலையது குனிவோடும்
அழுக்கு ரத்தக் கழுதைகள் நினைவதை - அறியேனோ?

ஒழுக்கமற்றுத் திரிவதும் வெளியின்
ஒடுக்கமற்றுப் புகல்வதும் உடையவர்
புழுக்கை கட்குக் கெடுமதி மிகுவது - தெரியாதோ?

கொழுந்திருக்கத் தமிழர்களு டைமையை
உழைப்பு மற்றுத் திருடுவ தொடும் நமை
அழிப்பதற்குச் சதியென நினைவதும் சரியாமோ?

இரணியன் அல்லது இணையற்ற வீரன்
கழுக்க ளொத்துத் திரிதரு மடையர்கள்
கடிக்கும் நச்சுப் பகைவர்கள் இவர்களை
இழுத்து வைத்துக் கொலைசெய இதுததி - என்தாணை!

இரணியன்: அப்படியா? ஏன் சும்மா இருந்தார்கள். என்னை எரிக் கட்டுமே! எரிக்காமலிருப்பது என் மீதுள்ள கருணையோ? சாட்டையால் என் எதிரிலேயே நன்றாக அடியுங்கள். அப்போதாவது என்னை எரிக்கட்டும்.

[சேவர்கள் சாட்டையால் அடித்தல்]

மந்திரம் எங்கே? மாறுகால் மாறு கை வாங்குங்கள்.

[வேறு நால்வரை இழுத்து வருதல்]

கு. சாட்டுவோன்: நமது அகப்பொருள் முதலிய தமிழ்ப் பெரு நூல்களையெல்லாம் சேகரித்து அவற்றிற்குத் தீயிட்டார்கள்.

பாட்டு

'ஆ இதென்ன மாயமோ' என்ற மெட்டு

இரணியன்:

ஆ! தமிழ் எனில் தமிழரின் உயிர்! அதை அனலிட்டு
மறைத்திட முனைந்திட்டாரா ஆரியர் (ஆ)

பூதலத்தி லேதமிழர் புனிதம் விளக்கு மந்தப்
புத்தகத்தை அகப்பொருள் வித்தகத்தை இழப்பதோ!
(ஆ)

ஆரியத்தை ஆரியரின் காரியத்தையே பரப்பச்
சீரியத்தைத் தமிழ்மொழி வேரை வெட்ட நினைத்தாரோ?
வீரியத்தை இழந்தபின் மேதியினில் வாழ்வதுண்டோ?
வெற்றித் தமிழ்மொழி நெமச்சிப் புகழ்பெற
வெட்டிப் பலியிடு துட்டப் பயல்களை (ஆ)

இரணியன்: *ஆ! கண்டங் கண்டமாக வெட்டி நமது இனிய தமிழுக்குப் பலியிடுங்கள் இந்த நாய்களை!*

[வேறு நால்வர்கள் நிறத்தப்படுதல்.]

கு. சாட்டுவோன்: *தமிழர்களையெல்லாம் இராக்ஷசர் என்றும் அசுரர்கள் என்றும் பொய் நூல்கள் எழுதியவர்கள் இவர்கள்.*

பாட்டு

'ராமமூர்த்திக் கிணையானவரிந்த' என்ற பாட்டின் சிறிது பேதம்

இரணியன்:
நிதம் தட்டிப் பறித்துப் புசித்துக் கொழுத்துச்
சனத்தைக் குரைக்கின்ற நாய்களை - நாட்டை
ஒட்டித் துளிர்க்கின்ற நோய்களை - ததி
கட்டிப் பிடித்துக் கனத்திட்ட வாள்கொண்டு
வெட்டிக் கிடத்துக தோள்களை,

இரணியன்: *ஓஹோ! இரண்டு கைகளையும் வெட்டுக.*

[மற்றும் நால்வர் கொண்டு வரப்படுகின்றனர்]

கு.சாட்டுவோன்: இந்த அரசாட்சியைக் கவிழ்க்க ஆனதெல்லாம் செய்துவரும் ஆரியப் பாதிரிகள் இவர்கள்.

பாட்டு

(பூரிகல்யாணி – அடசாபு)

பல்லவி

மானமில்லாதவரே அந்தோ
வஞ்ச நெஞ்சம் மிஞ்சிடும் (மான)
வலைப்படுத்திய மனிதரைக் கொலைப்படுத்திடக் கருதிய (மான)

மக்கள் சொத்தை மொய்த்து நத்தி நக்கக் கருதிய (மான)
மட்டற்றுப் பொய்க்கட்டுக் கட்டிக் குட்சிக் கலைகிற (மான)

அநுபல்லவி

ஆனதெல்லாம் செய்வான் நாராயணன் என்றீர்
ஆயினும் ஏன் நீங்கள் இச்செயல்செய்கின்றீர்
(மான)

சரணம்

ஆதிக்கம் செலுத்த எண்ணமோ? – எம் ஆண்மையைக்
கெடுக்க ஒண்ணுமோ? சோதிக் கடவுள் தான்
சொல்வதோ - நான் தூங்கும்போது வந்து கொல்வதோ?

சாதியிலே தேவ சாதியும் ஒன்றுண்டோ? சதிகாரப் பாதிரிகாள் எதிரேயும் நிற்காதீர் (மான)

இரணியன்: *(கோபமாய்) அற்பர்களே! உங்கள் நாராயணன் எங்கே? நரிக்கூட்டமே! பேடிக் கூட்டமே! நீங்கள் நாராயணனைப் பற்றிச் சொல்லுகிற பெருமை என்ன? நீங்கள்செய்யும் வேலை என்ன! யோசித்தீர்களா? உழைக்காமல் இந்நாட்டு மக்களின் நலத்தையெல்லாம் அபகரிக்க யெண்ணும் சோம்பேறிகளே! தூங்கும்போது எம்மைக் கொலை செய்வதுதான் உங்கள் தெய்வபலமோ? சரி? இவர்களை ஆரியர் சேரியில் கொண்டு போய் நிறுத்திச் சித்திரவதை செய்யுங்கள். சேனாதிபதியே! நாளைக்கு மாலைப் போதில் நான் இட்ட தண்டனையைச் சரிவர நிறைவேற்றி வைப்பீராக!*

சேனாதிபதி: *சித்தமாயிருக்கிறேன்.*

இரணியன்: *நமது மன்றத்தை முடித்துக் கொள்வோம்.*

காட்சி - எட்டு

இடம் : கொலைக்களம்

பாத்திரங்கள்: குற்றவாளிகள், கொலையாளிகள் நால்வர், சேனாதிபதி, சித்ரபானு.

குற்றவாளிகள் அனைவரும் கொண்டுவரப்படுகிறார்கள்.

குற்றவாளி சார்பில் ஒருவன்: சேனாதிபதியவர்களே! நாங்கள் நிரபராதிகள், எங்கள் உயிர் இப்போது தங்களிடம் இருக்கிறது. நீங்கள் மனம் வைத்தால் எங்களுக்கு மீட்சி கிடைக்கும். நாங்கள் குற்றம் செய்தது உண்மையாக இருந்தாலும் இனிமேல் இவ்வாறு செய்வதில்லை என்று உறுதி கூறுகிறோம். எங்கள் பெண்டு பிள்ளைகள் பேரால் தங்களைக் கெஞ்சுகிறோம்.

சேனாதிபதி: சக்கரவர்த்தியின் தீர்ப்புக்கு மாறுதல் உண்டா? பேதைகளே! நீங்கள் இந் நாட்டுக்குப் பிழைக்க வந்தவர்கள். உங்களுக்கு இறுமாப்பென்ன? உங்கட்குச் சூழ்ச்சிகள் ஒரு கேடா? சக்கரவர்த்தியின் உயிருக்கா உலைவைக்க எண்ணினீர்கள்? "தெய்வ பலம் இருக்கிறது நாராயணன் வருகிறான்" என்று உளறுகிறீரே இந்த ஏமாற்றுகளை யார் நம்புவார்கள். வஞ்சகத்தால் உலகை வசப்படுத்துவதா உங்கள் திட்டம்? கொலையாளிகளே! முதலில் நால்வர் கண்களையும், உங்கள் கூர்மையான ஆயுதத்தால் தோண்டி எடுங்கள். பரம பக்தர்களே! உங்கள் நாராயணனைக் கொண்டு உங்கள் கண்களைக் காத்துக் கொள்ளுங்கள்.

[கொலையாளிகள் ஆயுதங்களைக் கொண்டு கண்களைத் தோண்டப் புறப்படுதல், குற்றவாளிகள் கூக்குரல், இதனிடையில் ஒரு முறுக்கு மீசையுள்ள வாலிபன் ஓடிவந்து]

முறுக்கு மீசையுள்ள வாலிபன்: *நிறுத்துங்கள்! நிறுத்துங்கள்!*

சேனாதிபதி: *நீ யார்? உனக்கென்ன அதிகாரம்?*

முறுக்கு மீசையுள்ள வாலிபன்: *சக்ரவர்த்தி உங்களிடம் தனியாக ஒரு வார்த்தை சொல்லச் சொன்னார்.*

சேனாதிபதி: *ஒருபோதுமில்லை. விலகி நில்.*

மு. மீ வாலிபன்: *சற்று நிதானியுங்கள். (சமிக்ஞை செய்து தனது ஒட்டு மீசையையும் தலைப்பாகையும் எடுத்து சொந்த உருவைக் காட்டுதல்)*

சேனாதிபதி: *(ஆவலாய் நெருங்கி) சித்ரபானுவா? இதென்ன மாறுவேடம்! என்ன விசேஷம்?*

சேனாதிபதி: *நாதரே! நீர் செய்த உறுதிமொழியை மறந்தீரோ? ஆரியருக்குத் தீமை செய்வதில்லை என்றும், ஆரியர் தர்மத்தை ஒப்புக் கொண்ட எவருக்கும் தீமை செய்வதில்லை என்றும் நீர் கூறவில்லையா?*

சேனாதிபதி: *(திகைத்து) ஆயினும், இப்போது இந்த ஆரியர் களுக்கு ஏற்படப்போகும் தீமை என்னாலல்லவே! சக்கர வர்த்தியின் கட்டளையல்லவா? சரி உன் விரதம் முடிந்து விட்டதா?*

சித்ரபானு: *என் விரதம் முடிந்துவிட்டது. உங்களை முதன் முறையாகக் கட்டித் தழுவி முத்தமாவது தந்து போகும் கருத்தில் ஓடி வந்தேன். என் தாய் தந்தையார் தடை செய்யக் கூடுமோ என்னமோ என்று நினைத்து மாறுவேடத்துடன் வந்தேன். நான் தங்களுக்குத் தரப்போகும் ஆரம்ப முத்தம் ஆரியக் கொலைகளுக்கிடையிலா? நாதா வேண்டாம். அவர்களை விடுதலை செய்யுங்கள்.*

[கட்டித் தழுவி முத்தம் கொடுக்கிறாள்.]

சேனாதிபதி: *என் ஆசை மயிலே! இந்தக் குற்றவாளிகளை விடுதலை செய்துவிடத் தடையில்லை. சக்கரவர்த்திக்கு என்ன பதில் சொல்லுவது?*

சித்ரபானு: *இதுதானா தெரியாது? கொலையாளிகளை இங்கே கொன்று போடுங்கள். ஆரிய ஜனங்களை விடுதலை செய்யுங்கள். சக்கரவர்த்தியிடம் சென்று; "திடீரென்று 'ஓர் ஒளி தோன்றிற்று; பிறகு அந்த ஒளி மறைந்துவிட்டது; நான் மூர்ச்சையற்றுப் போனேன்; பிறகு மூர்ச்சை தெளிந்தது, ஆரிய ஜனங்களைக் காணவில்லை; என்னுடன் வந்த கொலையாளிகள் மாண்டு கிடந்தனர்", என்று கூறிவிடுங்கள். நாதரே! நம்மை நோக்கி இந்தச் சக்கரவர்த்தியின் கிரீடம் வந்து கொண்டிருப்பது உமக்குத் தெரியுமா?*

சேனாதிபதி: *அதெப்படி?*

சித்ரபானு: *நான் கூறுகிறேன் அவர்களை விடுதலை செய்யுங்கள். முதலில் நான்கு கொலையாளிகளையும் வேலை முடித்து விடுங்கள். பிறகு எல்லா மர்மத்தையும் சொல்லி விடுகிறேன். போய் வாருங்கள்.*

சேனாதிபதி: *(கொலையாளிகளிடம் போய்) கொலையாளிகளே! நமது சக்ரவர்த்தியின் இன்றைய உத்தரவுப்படி நீங்கள் முதலில் இந்த இடத்திலேயே அந்த ஆரியப் பாதிரிகளைக் கொலை செய்ய வேண்டும். அதற்காக நீங்கள் வட்டப் பாறையில் உங்கள் தலையை வைத்து மாதிரி காட்டுங்கள்.*

[அங்கிருந்த வட்டப்பாறை மீது நான்கு கொலையாளிகளும் தங்கள் தலைகளை வரிசையாகக் குனிகிறார்கள். உடனே சேனாதிபதி நால்வரையும் சிரச்தேசம் செய்கிறான்.]

சேனாதிபதி: *ஆரியர்களே! சுகமாக நீங்கள் உங்கள் வீடுபோய்ச் சேருங்கள். உங்கள் மீட்சிக்கு இதோ, இந்த எனது சித்ரபானு தான் காரணம்; அவளை வாழ்த்துங்கள்.*

ஆரியர்: ஸ்ரீமந் நாராயணன் கிருபையால் கூடிய சீக்கிரம் நீங்கள் இந்நாட்டின் சக்கரவர்த்தியாகவும் பட்டமகிஷியாகவும் ஆகக் கடவீர். நாங்கள் போய் வருகிறோம்.

[போகிறார்கள்]

சித்ரபானு: *நாதரே! தமிழர்களின் பச்சை ரத்தம் பொங்கிக் கொண் டிருக்கும் இந்த வட்டப்பாறை அருகிலிருந்து உங்களுக்கு ஒரு நல்ல செய்தி சொல்லுகிறேன். எல்லாம் ஆயத்தமாகி விட்டது! எங்கள் ஆரிய ஜனங்கள் அனைவரும் கூடி ஏற்படுத்திய திட்டத்தின்படி இந்நாட்டின் தற்காலச் சக்ரவர்த்தி சீக்கிரம் கொலை செய்யப்படுவான். பிரகலாதனையும் தந்திரமாக ஏமாற்றிக் தங்கட்கு முடி சூட்டப்படும். இது நிச்சயம் என்பதை மாத்திரம் உமக்குத் தெரிவிக்கும்படி ஆரியர்களின் தலைவர்கள் என்னிடம் சொல்லி வைத்தார்கள்.*

சேனாதிபதி: *அப்படியா? இத்தனை பெரிய காரியங்களையும் செய்து முடிப்பது சாத்தியமா? ஆயினும் நீங்கள் மிக்க தந்திர சாலிகள் என்பதை நான் நம்புகிறேன். இதே நேரத்தில்கூட அந்த இரணியனை விட நானே ஆளுந் திறமையிலும் புஜபல பராக்கிரமத்திலும் மிகுந்தவன் என்பது எனக்குத் தெரியும் ஆயினும் மாதே! உனது சௌந்தரியத்தில் கட்டுப்பட்டே உன் வார்த்தைக்கு நான் மதிப்புக் கொடுக்கிறேன் என்பது உண்மை, அழகின் உருவமே! உன் அழகுக்கு இந்த உலகமே ஈடாகா தெனில் நான் கட்டுப்பட்டது வியப்பாகுமா? தமிழருக்கு விரோதமாக நான் எதையும் செய்ய முற்படுவதில்லை. ஆயினும் உன் முகத்தைக் காணும்போது என் சொந்த அபிப் பிராயம் அனைத்தும் பறந்துவிடுகிறது. அடி சித்ரபானு! நான் அன்று உன்னைக் காண வந்தபோது நீ மஞ்சளாடையால் உன் உடலை மறைத்திருந்தாய். இன்றோ எனில், உன் மலர் போன்ற மேனியை ஆணுடையால் மறைத்துக் கொண்டிருக்கிறாய்!*

சித்ரபானு: *கொலைக் களத்தை மலர் மஞ்சமாக்க முடியுமா? வேண்டுமானால் இதோ, இன்னொரு முத்தம். (கட்டித் தழுவி முத்தந்தரல்) இங்கு நான் இருப்பது அபாயம். நான் போய் வருகிறேன். (ஓடிச் சிறிது தூரத்தில் நின்று கொண்டு) நாதரே! கூடிய சீக்கிரத்தில் நம்மிருவருக்கும் இரணியனுடைய மாளிகையில் திருமணம் நடக்கும்! அவ்வப்போது நான் தெரிவிப்பதுபோல் நடந்து கொள்ளுங்கள். (போகிறாள்)*

சேனாதிபதி: *(சித்ரபானு போனபின்பு சிந்தனையில் ஆழ்ந்தவனாய் நின்றபடி இருந்து, பிறகு கொலையாளிகளைக் கவனித்தல்.)*

பாட்டு

'வாளிபாய்ந் தொருமான்' என்ற மெட்டு

(இந்துஸ்தான் மத்தியமாவதி - ஆதி)

சேனாதிபதி:

என்னகாரியம் செய்தேன் இங்குநானே அந்தோ
அன்னியர் சூழ்ச்சியில் ஆழ்ந்திடலானேன் (எ)
என்னதிகாரத்தை ஈனம் செய்தேன் அந்தோ
மன்னிய தமிழரின் மானத்தைக் கொய்தேன். (எ)
இரணிய மன்னனுக்கும் தரணியில் தமிழர்க்குச்
இடர்செய்தேன் அந்தோ சதியும் செய்தேனே
(எ)
அருள் மன்னன் கட்டளை ஒரு பெண்ணின்
அழித்திட்டேனே அந்தோ வார்த்தைக்கோ
உட்படலானேன். (எ)

சேனாதிபதி: ஆஹா! இந்நாட்டின் சக்கரவர்த்தியைத் தொலைக்க வழிதேடும் ஆரியர்கள் பக்கம் என் செல்வாக்கை உபயோகப் படுத்தினேனே! நான் உண்மையில் ஒரு தமிழன்தானா? இந் நாட்டில் சேனாதிபதியாய் இருப்பதும், எனது அதிகாரத்தை நிர்வகிப்பதும் இந் நாட்டின் தமிழர்கள் அல்லவா? தமிழ் மக்களின் பேரால் என்னை இந்நாள் மட்டும் கௌரவித்து நம்பி யிருக்கும் எனது சக்ரவர்த்தியைப் பற்றிய சூழ்ச்சிக்கு நான் காது கொடுக்கலாமா? இரண்ய சக்ரவர்த்தியை வஞ்சத்தால் கொன்று அப் பதவியை நான் வகிப்பதா? மனமே! நீ பாரபட்ச மில்லாமல் யோசி! சிங்கத்திற்கு வைத்த இரையை நாய் தின்ன என்ன யோக்கியதை உண்டு? அந்தோ! என் உடம்பில் தமிழ் இரத்தம் ஓடிக்கொண்டுதானே இருக்கிறது! தமிழருக்குச் சதி! அந்தோ! தமிழருக்குச் சதி செய்யத் துணிந்தேனே! இத்தனை யும் எதன் பொருட்டு? நான் சக்கரவர்த்தியாவதற்காக! இந்த முடிவுக்கு நானாகவா வந்தேன். நான் கள்ளங் கபடமற்ற சக்கர வர்த்திக்கும், தமிழ் மக்களுக்கும் உண்மை உள்ளவனாகவே இருந்தேன். இத்தனையும் யாரால்? அந்தப் படுபாவியாகிய - கள்ளியாகிய சித்ரபானுவாலல்லவா சண்டாளி, சூழ்ச்சிக்காரி! அந்தோ தமிழ் இரத்தம் பொங்கும் இந்த வட்டப் பாறையின் அருகில் இருந்து "உனக்கொரு நற்செய்தி! சொல்கிறேன்" என்று அஞ்சாத நெஞ்சத்துடன் என்னிடம் அவள் சொன்ன போது, ஏ! மானங்கெட்ட தமிழ் மகனே! ஏ! மானங்கெட்ட தமிழ் மகனே! நீ கேட்டுக் கொண்டிருந்தாயே! (எதிரே கவனித்து) வருவது யார்?

சித்ரபானு: *பிராண நாதா! ஒரு பிராண நாதா! ஒரு விஷயம் மறந்து போனேன்.*

(சேனாதிபதி தலைகுனிந்து சும்மாவிருத்தல்)

சித்ரபானு:

பாட்டு

'நமஸ்தே' என்ற மெட்டு

துயரேன் வாட்டமேது?
சொல்லவேண்டு மேஇப்போது?
உயர் குமுறு காதலா
உள்ள குற்ற மென்மீதிலா? (து)

உணர்வு கலங்க லானதோ?
உவகை யனைத்தும் போனதோ?
ரணவீரா, சுகுமாரா
நவில வேண்டுமே உதாரா? (து)

சித்ரபானு: *இதென்ன முகவாட்டமாயிருக்கிறீர்கள்? உணர்ச்சியற்று போனீர்களா! (கட்டித் தழுவிக் கொண்டு) வீரத் தமிழரே! என்ன யோசிக்கிறீர்கள்? நல்ல சந்தர்ப்பத்தில் தர்க்கீகத்திற்கு இடந் தரலாமா? நீங்கள் ஓர் ஆரியப் பெண்ணோடு சம்பந்தப்பட்டதில் உங்களுக்கு அவமானம் ஏற்படும் பட்சத்தில் என் உயிரை இதோ, உங்கள் எதிரில் மாய்த்துக் கொள்ளுகிறேன். நாதா! நான் பிறந்தது தங்கள் பொருட்டு. என் மலருடல் வாடாமல் வதங்காமல் என் பெற்றோர்களால் இந்நாள் வரையில் காப்பாற்றப் பட்டதும் உங்கள் பொருட்டே இளமை*

ததும்பும் எனது அங்கங்கள் இந்நாள் வரை நன்னிலையில் இருப்பதும் உங்கள் பொருட்டே. நான் ஒரு புதிய மலர் நீங்கள் அதிலுள்ள புதுத்தேனை உண்ணப் பிறந்த வண்டு இத்தனையும் மறந்தீரே!

சேனாதிபதி: *(முகத்தைக் கவனித்திருந்து விட்டு) கண்மணி! நான் ஒன்றும் யோசிக்கவில்லை. நீ என்ன சொல்ல மறந்து விட்டாய்?*

சித்ரபானு: அதிருக்கட்டும். ஒரு மனிதன் உறுதி கூறுவதென்பது மறந்துவிடக் கூடியதா?

சேனாதிபதி: இல்லை; காப்பாற்றுவதற்காகவே. நீ இதை ஏன் இப்பொழுது கூறுகிறாய்?

சித்ரபானு: நீங்கள் கூறியுள்ள உறுதிமொழியைத் திரும்பவும் உங்களுக்கு ஞாபகப்படுத்த வேண்டியதில்லையே?

சேனாதிபதி: வேண்டியதில்லை, நான் கூறியுள்ள உறுதி மொழியை உயிர் போகுமளவும் மறவேன். நீ என்ன சொல்ல வந்தாய்?

சித்ரபானு: வேறொன்றுமில்லை. இளவரசரை என் சுற்றத்தார் சரிப் படுத்தி வைத்திருக்கிறார்கள். அந்தச் சிறுவனுக்கு நீங்கள் அனுசரணையாக நடந்து கொள்ளுங்கள் என்று உம்மிடம் சொல்லச் சொன்னார்கள். அந்தோ! அதோ யாரோ வருகிறர்களே! நான் போய் விடுகிறேன்.

[போதல்.]

[சேவகர்கள் சேனாதிபதியை நோக்கி வருகிறார்கள். சேனாபதி மூர்ச்சையாய்க் கிடப்பது போல் தரையில் படுத்துக் கொள்ளுகிறான். சேவகர்கள் வந்து கவனித்துவிட்டு]

சேவகர்கள்: அந்தோ! இதென்ன அநியாயம்! கொலையாளிகள் வெட்டப் பட்டுக் கிடக்கிறார்கள்! நமது சேனாதிபதியவர்கள் மூர்ச்சையற்றுக் கிடக்கிறார்! ஆரியரின் சூழ்ச்சியோ! அல்லது அந்த ஆரியர் சொல்கிறபடி தெய்வபலமோ தெரியவில்லையே!

[சேனாதிபதியைக் தேற்றுகிறார்கள், சேனாதிபதி மெதுவாக எழுந்து]

சேனாதிபதி: அந்தோ! நான் எங்கே இருக்கிறேன்?

சேவர்கள்: பிரபு இதென்ன கோலம்? இவர்கள் வெட்டப்பட்டுக் கிடக்கிறார்கள்! ஆரியர்கள் எங்கே?

சேனாதிபதி: சேவகர்களே! குற்றவாளிகளை அழைத்துக் கொண்டு கொலைக்களம் வந்து சேர்ந்தேன்! அதுதான் எனக்குத் தெரியும். கொலைக்களத்திற்கு வந்தவுடன் மின்னல்போல் திடீரென்று ஓர் ஒளி தோன்றிற்று. அதற்குமேல் எனக்கு ஒன்றும் தெரியாது. இதோ இக் கோலத்தை இப்போது காண்கிறேன். சீக்கிரம் இதை விட்டு நீங்குவோம்.

[அனைவரும் போதல்]

காட்சி - ஒன்பது

இடம் : *அரண்மனையில் ஒரு பாகம்.*

பாத்திரங்கள்: இரணியன், மந்திரி, பிரகலாதன், சேனாதிபதி, சேவகர்கள்.

[இரணியன் இருக்கை நோக்கி பிரகலாதன் ஓடிவந்து பணிகிறான். இரணியன் கட்டியணைத்துக் கொண்டு]

இரணியன்: அப்பனே வந்துவிட்டாயா?

பிரகலாதன்: என் சுற்றுப் பிராயணத்தைச் சுருக்கமாகவே முடித்துக் கொண்டேன். என் அன்னை என் பிரிவைச் சகிக்க மாட்டார்க ளாதலால். அன்றியும் தங்களைப் பிரிந்திருக்கவும் என்னால் முடியவே இல்லை.

இரணியன்: உண்மையில் உனது அன்னைக்கு ஏற்பட்ட துயரத்தை என்னால் மாற்ற முடியாதிருந்தது. சீக்கிரமாக நீ வந்ததே நல்லதாயிற்று. அப்பனே! நீ சென்ற தேசத்தில் எல்லாம் இந்த ஆரியர்களின் சூழ்ச்சி எவ்வாறிருக்கிறது?

பிரகலாதன்: தந்தையே! ஆரியரை வணங்குவதன் மூலமே ஆங்காங்குள்ள தமது காரியத்தை முட்டின்றி முடித்துக் கொள்கின்றனர். குடிகள் அரசனை மதிப்பதைவிட ஆரி யருடைய வேதத்தை மேலானதென எண்ணி வழிபடு கின்றனர். அவர்களுடைய தெய்வபலமே அதற்குக் காரணம்.

இரணியன்: *உண்மைதானா? அந்தோ! அறியாமையென்பது மக்களால் இவ்வாறு பாராட்டப்பட்டுவிட்டதா? அயோக்கியத் தனம் மக்களுக்குக் கரும்பாகத் தோன்றிவிட்டதா? சரி; நீ போய் உன் அன்னையைப் பார். அவள் உன் வரவு கோரி ஆவலாய் இருக்கிறாள். சீக்கிரம் உனக்கு இளவரசப் பட்டம் கட்டப் போகிறோம்.*

[இச்சமயம் சேனாதிபதியும் சேவகர்களும் வந்து சக்கர வர்த்தியைப் பணிகிறார்கள்]

இரணியன்: *வீரத் தமிழனே! என்ன? உற்சாகமென்பது உன் முகத்தில் சிறிதும் காணப்படவில்லையே? தண்டனையை நிறைவேற்றி விட்டாயா?*

சேனாதிபதி: *ராஜாதி ராஜரே! குற்றவாளிகளை அழைத்துக்கொண்டு கொலைக்களத்தை நாடிச் சென்றேன். என்னுடன் நான்கு கொலையாளிகளும் வந்தார்கள். கொலைக்களத்தையடைந்த வுடன் திடீரென்று ஓர் ஒளி தோன்றிற்று. அவ்வளவுதான் தெரியும். மூர்ச்சையற்றுக் கிடந்த என்னை இந்தச் சேவகர்கள் வந்து எழுப்பினார்கள். வட்டப் பாறையில் கொலையாளிகள் நால்வரும் வெட்டப்பட்டுக் கிடந்தார்கள். குற்றவாளிகளாகிய ஆரியர்களைக் காணவில்லை.*

பாட்டு

(நோட் - திஸ்ர ஏகம்)

இரணியன்:

த்ரோகச் செயலோ எனதிடம் ஆரம்பித்தாய் இதுததி

பேடிச் செயல் செய்வதற்கும் எண்ணிட்டாயா?
வீரத் தமிழர் வாழ்வில் மண்ணிட்டாயா?

நீ கற்ற தெலாம்இதுவா? தீமைக் கனுகூலமதோ?
யூகத்தினிலே மிகுந்த பித்தந்தானோ?
தேகத்தினில் ஓடுவதும் ரத்தந்தானோ?

இரணியன்: *(கோபமாய்) துரோகியே! நீ யாரிடம் பேசுகிறாய்? இந்நாள் வரைக்கும் தமிழர்களின் பேரால் உனக்கு ஆதரவு தந்த உனது சக்கரவர்த்தியிடம் நீ கூறுவதை யோசித்துக் கூற மாட்டாயா? நன்றி கெட்டவனே! தமிழ்த் தன்மையின் வேரைப் பறிக்கத்தக்க அசட்டு வார்த்தையை என்னிடம் அஞ்சாமற் கூற முன்வந்தாயா? எனக்கிருப்பதாக நீ நினைத்திருந்த அறிவுடைமையை உனது மூடத் தனத்தைவிட்டுக் குழப்பிவிட நினைத்த உன் நெஞ்சம் கருங்கல்லா? எனது தோளும் வாளும் பேடித்தனம் பொருந்தி யவை என்ற முடிவுக்கு வந்தாயா? மூடனே! மானத்தோடு பேசு! நடந்ததென்ன?*
[ஆசனத்திலிருந்து குதித்து எதிர்வந்து நிற்றல்]

சேனாதிபதி: *(பயத்தோடு பெருமானே! தங்கள் கோபத்துக்குக் காரணம் தோன்றவில்லையே! என் வார்த்தையில் தங்கட்கே அவ நம்பிக்கை தோன்றும் காலமும் வந்துவிட்டதா? ப்ரபூ! நடந்தது உண்மை! என் வார்த்தையை நீங்கள் நம்ப முடியா விட்டால் இப் பாவியைத் தங்கள் வாளால் பிளந்து போடுங்கள்.*

இரணியன்: *(நிதானிக்கிறான் - பிறகு கெஞ்சிய முகத்தோடு)* அப்பனே, உண்மைதானா? ஒளி தோன்றும் என்பதையாவது நீ நம்புகிறாயா? நீயே ஆரியர் சூழ்ச்சியை அறியாவிட்டால் அவர்கள் சொல்லும் கடவுள் நாராயணன் என்பதை நீயே ஏற்றுக் கொள்வதுபோல் பேசுவாயானால், இந்நாட்டில் சாதாரணத் தமிழ் மக்கள் கதி என்னவென்பதை நீயே யோசித்துப்பார். நீ சொல்லும் இந்த வார்த்தை ஆரியர்களின் அயோக்யத் தனமான வார்த்தைகளை அரண் செய்வதாகவன்றோ இருக்கிறது? இதைத் தமிழர் அறிந்தால் ஆரிய வலையிற் சிக்கி இவ்வரசாங்கத்தையே கவிழ்க்கவும் ஆயத்தமாகி விடுவார்களே!

உன்னை நான் நம்புகிறேன்; ஆயினும், "சோதி தோன்றிற்று; உடனே மூர்ச்சையானேன்; ஆரியரைக் காண வில்லை, கூட வந்தவர் வெட்டப்பட்டுக் கிடந்தார்கள்" என்பதைப் பகுத்தறிவு எவ்வாறு ஏற்றுக்கொள்ளும்? ஒருகால் உன்னை ஆரியர் பின்னின்று மூர்ச்சையாகும்படி செய்து விட்டார்கள் என்றாலும் நம்பமுடியும்.

சேனாதிபதி: நான் ஒரு வேளை புத்தி தவறி விட்டதாகவும் இருக்கக்கூடும் என்பதை ஒத்துக் கொள்ளுகிறேன்.

இரணியன்: இருக்கலாம். ஏனென்றால் இதற்கு முன் எத்தனையோ ஆரியர்களையும், ஆரியப்பாதிரிகளையும் நான் சிரச்சேதம் செய்திருக்கிறேன். அப்போதெல்லாம் சோதி தோன்ற வில்லையே! தப்பியோடவுமில்லையே! - சேனாதிபதியே! கடைசியாக உனக்கு ஒரு வார்த்தை, தமிழர்நாடு. நாம் தமிழர். நமதுடம்பில் தமிழ் ரத்தம் வீறிட்டோடுகிறது. தமிழர் நம்மை நம்புகிறார்கள் நான்,

அவர்களைக் காக்க வேண்டும். நாம் நம்மைக் காத்துக் கொள்ளவேண்டும். சுயமரியாதையை இழக்கலாகாது. தெரியுமா? சென்றுவா.

(சேனாதிபதி போய்விடுகிறான்)

மந்த்ரீ! என் மைந்தன் சுற்றுப் பிரயாண அனுபவத்தை என்னிடம் சொன்னதை நீ கேட்டாயல்லவா? எங்கும் ஆரியர் செல்வாக்கே அதிகமாயிருக்கின்றதென்றும் அவர்கள் தெய்வ பலமே அதற்குக் காரணமென்றும் சொன்னான். சேனாதிபதியோ வானில் ஒளி தோன்றிற்று என்கிறான். இவர்களின் மனோபாவம் நம்மையும் திடுக்கிட வைக்கிறது.

மந்திரி: *அரசே! மிக எச்சரிக்கையாக இருக்க வேண்டும். இதே நேரத்தில் ஆரியப் பூண்டே இந்நாட்டில் இல்லாதபடி செய்து விடுவதும் நலம் என்று எண்ணுகிறேன். தங்கள் குமாரனாலும் இந்தச் சேனாதிபதியாலும் இந்த ராஜ்யத்திற்கு ஏதோ கெடுதி உண்டாகப் போகிறது என்று எனக்குத் தோன்றுகிறது. நாம் மிக எச்சரிக்கையாக இருக்க வேண்டும். வீரத் தனம் மிகுந்த பகைவரை நாம் வரவேற்கின்றோம் ஆனால் நமக்கு நண்பர் போலவும் உறவினர் போலவும் உள்ள அயோக்கியர்களை நாம் விட்டு வைக்கலாகாது.*

இரணியன்*: மந்த்ரீ! உண்மையே. ஆரியர் சூழ்ச்சியைக் கண்டறிவதில் நாம் கண்ணும் கருத்துமாயிருக்க வேண்டும்.*

மந்திரி : அவ்வாறே.

இரணியன்: நான் விடை பெற்றுக் கொள்ளுகிறேன்.

[மறைவு]

காட்சி - பத்து

இடம் : நகரவீதி

உறுப்பினர் : தலையாரி, மாறுவேடம் பூண்ட அரசன், மாறுவேடம் பூண்ட மந்திரி, பொது ஜனங்கள்.

தலையாரி: (முரசறைந்து) நாளை அதிகாலையில் நமது சக்கரவர்த்தி யின் குமாரருக்கு இளவரசுப் பட்டம் சூட்டப்போவதால் அனைவரும் ஊரையும், வீடுகளையும் அலங்காரம் செய்வதோடு பட்டஞ்சூட்டும் வைபவத்திற்கு விஜயம் செய்யும்படியும் சக்கரவர்த்தியவர்கள் கேட்டுக் கொள்ளுகிறார்கள்.

வீதியில் உள்ள மக்களில் ஒருவன்: (மற்றவர்களை நோக்கி) ஐயையோ! நாம் சக்கரவர்த்தியின் கட்டளைக்கு இணங்க முடியாது. சக்கரவர்த்தி பூசுரர்களாகிய ஆரிய ஜனங்களுக்கு விரோதி. ஆரியர்களின் விரோதிகளாயிருந்தால் தான் திடீரென்று இறந்து போகிறார்களே!

மற்றொருவன்: சேனாதிபதி ஆரியர்களுக்குக் கொஞ்சம் வேண்டி யிருந்ததினால்தான் அவர் தலை தப்பிற்று. இல்லாவிட்டால் நாலு பேரோடு அவரும் மாள வேண்டியதுதானே!

இன்னொருவன்: நாம் ஆரியர் சொல்வதைத்தான் நம்பவேண்டும். ஒரு வீடு இருக்கிறது. அதைக் கட்டியவன் ஒருவன் இருப்பான். அதுபோலவே இந்த

உலகம் இருக்கிறது. அதை உண்டாக்கியவன் இருப்பானா இல்லையா? அவன் எப்படிப் பட்டவனாயிருப்பான்? அடேயப்பா? அவனால் ஆகாதது என்ன இருக்கிறது? அந்தப் பெரிய மனிதனைத்தான் கடவுள் என்று அவர்கள் சொல்லுகிறார்கள்; 'தெய்வம்' என்று சொல்லுகிறார்கள். அந்தக் கடவுள்தான் ஆரியரை அனுப்பித் தமிழருக்குப் புத்தி வரும்படி செய்யச் சொன்னாராம். அப்படி யிருக்கையில் அந்தக் கடவுள் யார் பேச்சைக் கேட்பார்? ஆரியர் பேச்சைத்தானே கேட்பார்.

வேறொருவன்: மெய்! மெய்! அதுவுமில்லாமல் எல்லாந் தெரிந்த இளவரசரே ஆரியர்களை வணங்கும்போது நாம் எந்த மூலை?

மற்றொருவன்: உம்! எவன் இந்த சக்கரவர்த்தியை நம்புவான் இனிமேல்? திடீரென்று ஒளி உண்டாகிறது! ஆரியர் சொன்ன படி செய்துவிட்டு ஓடிவிடுகிறது!

இன்னொருவன்: நோய் நொடி வந்தால் ஆரியர்களிடம் போய் அவர்களை வணங்கினால் அந்த நோயை ஒளியைக் கொண்டு தீர்த்துவிடுவார்கள்!

வேறொருவன்: நேற்று திம்மான் வீட்டுக் குப்பன் இறந்து விட்டா னாம். ஆரியப் பாதிரி மந்திரஞ் செய்து பிழைக்க வைத்து விட்டாராம்!

இன்னொருவன்: இப்படியெல்லாம் இருக்கும்போது இந்தச் சக்கரவர்த்திக் கென்ன கொழுப்பு?

இரணியன்:

[என்று பலவிதமாய் பேசிக் கொண்டே ஜனங்கள் கலைகிறார் கள். பிறகு அக்கூட்டத்தில் மாறுவேடத்திலிருந்த அரசனும் மந்திரியும் தனித்து போகிறார்கள்.]

பாட்டு

(கிளிக்கண்ணி, மாண்டு - ஆதி)

இரணியன்:

ஆரியர் சூழ்ச்சியாலே அறிவை இழக்கின்றாரே
சீரிய தமிழரெல்லாம் - மந்திரி
சிந்தனை தீர்ந்தனரே!

காரியம் சாய்வதற்கே கடவுளென் றொன்று சொல்லி
ஊரை ஏமாற்றுகின்றார் - மந்திரி
உணர்விலா ஆரியர்கள்.

சாமார்த்தியம் இல்லாததால் சாமி தன் சொந்தமென்றார்
ஏமாற்றை நம்புவதோ - மந்திரி
இதற்கு நாம் அஞ்சுவதோ?

தீமையே ஒருருவாய்ச் சேர்ந்திட்ட ஆரியரை
நாமினி விட்டு வைத்தால் - மந்திரி
நாசமிகச் சேர்வது மெய்.

இரணியன்: *மந்த்ரீ! சேனாதிபதியின் கட்டுக்கதையானது நமது நாட்டு மக்களிடம் காட்டுத் தீப்போல்*

பரவியிருப்பதோடு அக்கட்டுக் கதையையும் அதைச் சார்ந்த ஆரியர் புளுகுகளையும் மெய்யென்று அனுசரிக்கவும் தொடங்கிவிட்டார்கள் மக்கள்!

[இரக்கமாய்]

இந்நாள் மட்டும் பகைவராலும் அசைக்கமுடியாத என் நெஞ்சத்தைக் கேவலம், ஆரியர்களது சூழ்ச்சியும் ஏமாற்று களும் கலங்கும்படி செய்துவிட்டன; தமிழ்ப் பெருமக்கள் இந்நாள் வரையில் என்னைச் சக்கரவர்த்தி யாக பெற்றிருந் தனர். அவர்கட்கு எவ்வகைப்பட்ட இன்னலும் ஏற்படாதவாறு காத்துவந்தேன் அவர்களின் மானத்தைக் காத்துவந்தேன்; ஏமாற்றுக்காரரின் வலையிற் சிக்கிய இந்நாளே அவர்கள் தங்கள் சுயமரியாதைக்கு இடையூறு தேடிக் கொண்ட தீ நாளாகும். என் செய்வேன்! கலங்காத என் சித்தம் கலங்கவும் நேர்ந்தது. ஆயினும் எனக்கு இன்று ஏற்பட்ட கலக்கம் என் பொருட்டன்று. எனது தமிழ் மக்கள் பொருட்டே. தன்மானம் என்ற பெரும்பதவியினின்று மானமற்ற அடிமை வாழ்க்கை யின் பாதையில் அடிவைத்து விட்டார்களே!
ஆரியர்களின் இந்தப் பெரிய பொய்ப் பிரச்சாரத்தில் நமது சேனாதிபதியும் என் குமாரனும் ஈடுபட்டதின் காரணம் தான் புரியவில்லை! பேரைக் கேட்ட மாத்திரத்தில் எட்டுத்திக்கும் வாழ்த்துக் கூறும்படி செங்கோல் செலுத்தும் இரணியனுக்கு வாய்த்த பிள்ளையின் தன்மையும் நன்றாகயிருக்கிறது!

மந்திரி: தங்கள் குமாரரைப் பற்றி எவ்வித முடிவுக்கும் நாம் வந்து விடலாகாது. இன்னும் பார்க்க வேண்டும்.

[போகிறார்கள்.]

காட்சி - பதினொன்று

இடம் : *அரண்மனை*

(பட்டம் சூட்டும் வைபவம்)

உறுப்பினர் *:* பலதேச அரசர், இரணியன், பிரகலாதன், சேனாதிபதி, மந்திரி, லீலாவதி முதலிய அந்தப்புர மாதர்கள், பொதுமக்கள், வாத்தியக்காரர்கள், ஆணுடை தரித்த மாறுவேடத்துடன், சித்ரபானு.

[இரணியன் தனது சிம்மாசனத்தில் மந்திரி பிரதானிகலுடன் வீற்றிருத்தல்]

மிதுனபுரி மன்னன்: *(வணங்கி) அரசர் பெருமானே! மிதுனபுரி மன்னன் வணக்கஞ் செலுத்துகிறேன்.*

இரணியன்: வணக்கம், ஆசனத்தில் அமர்க.

மச்சபுரி மன்னன்: அரசர் பெருமானே! தங்கள் குமாரன் பிரகலாதனுக்கு இளவரசுப் பட்டங்கட்டுவது பற்றி எனது மகிழ்ச்சியைத் தெரிவிக்கிறேன். மச்சபுரி மன்னன் வணக்கம்.

இரணியன்: தோழரே! நீவிர் வந்ததால் இவ் வைபவத்தைச் சிறப்புறுத்தினீர்கள், அமர்க.

விதர்ப்ப நாட்டரசன்: *அரசர் பெருமான் குமாரன் நீடுழி வாழ்க! பெருமானே! விதர்ப்ப நாட்டு மன்னன் வணக்கம்.*

இரணியன்: *தங்கள் செங்கோல் நிலைபெறுக; இவ் விருக்கையில் அமர்க!*

[பொதுமக்களிற் சிலர் சபையை நோக்கி வருகிறார்கள்.]

அன்புள்ள குடிகளே! அனைவரும் அமரும்படிக் கேட்டுக் கொள்கிறேன்.

[முரசு முழங்குகிறது. ஒருவர் தட்டில் இளவரசின் க்ரீடந் தாங்கி வருதல், சகல வாத்தியமும் முழங்குகின்றன. பிரகலாதனைச் சேனாதிபதி அழைத்து வருதல்]

மந்திரி: *(பிரகலாதனையழைத்து இளவரசு ஆசனத்தின் அருகில் நிற்கவைத்து) நமது சக்கரவர்த்தி இரண்ய நாமத்தால் இந்நாள் பலதேச அரசர்கள், திருமுன்பும், தேசப் பெருமக்கள் திருமுன்பும், சக்கரவர்த்தி திருமகனாம் பிரகலாதனுக்கு இளவரசப் பட்டத்தை நான் சூட்டுகிறேன்.*

[பிரகலாதனை நோக்கி]

இரணிய குமாரா! தமிழர் முறைப்படியும், இவ்வரசாங்க வழக்க படியும் பின்னாளில் நீ உன் தந்தையார் ஒழுகிய நெறியே இந் நாட்டை ஆட்சி செய்வதாய் உறுதி கூறுவதற்கு அறிகுறி யாகவும் ராஜவிஸ்வாஸப் பிரமாணமாக "இரணிய நாமத்தை வாழ்த்துகிறேன்" என்று உன் மனதாரச் சொல்லி இவ்வாசனத் தில் அமர்வாயாக.

[உடனே அங்கு மாறுவேடத்தோடு அமர்ந்திருக்கும் சித்ரபானு எழுந்து தானிருப்பதை ஞாபகப்படுத்துவதாகச் சமிக்ஞை செய்து அமர்தல்]

பிரகலாதன்: *சர்வலோக சரண்யனாகிய ஸ்ரீமந் நாராயணன் நாமம் வாழ்க!*

இரணியன்:

[இதைக் கேட்டவுடன் அனைவரும் ஹா! என்று திடுக்கிட்டு முகம் சுருங்குதல், சிலர் காதையடைத்தல், சிலர் திடுக்கிடத் தலையில் கை வைத்துக் குனிதல்]

பாட்டு

'உன்னிட மடத்தனத்தை' என்ற மெட்டு

அடாணா - ஆதி

துஷ்டா விடடா! விடடா உன்றன்

துடுக்கும் மிடுக்கும்நலம் தடுக்கும் கெடுக்கும் உனக்
கடுக்கும் படிக்கு நடப்பாய்.

அநுபல்லவி

இடுக்கண் மிகுக்கும்படி தொடுக்கும் மொழியைச் செவி
மடுக்கும் எனதுடலும் துடிக்கும் துடிக்கும் அட (விட)

சரணம்

பிடிக்கும் தமிழர்களின் கொடிக்கும் எனது மணி
முடிக்கும் பழுதுவரும் படிக்கு நடப்பதென்ன? குடிக்குக்
கொடுமை செய நடிக்கும் ஆரியர்களின் படிப்பைப்
படிக்க வந்தாய், தடிப்பயலே இத்த தி (விட)

இரணியன்: *(அதே சமயத்தில்)* சீ! துஷ்டா! என்ன சொன்னாய்? அடக்கு உன் இறுமாப்பை! மூடனே! உனது தமிழ்த் தன்மை எங்கே? என் பெயரைக் கெடுக்க வந்த கோடாரிக் காம்பே! தமிழ்ப் பெருமக்களின் வாழ்க்கையில் ஏற்பட்ட களங்கமே! உன் நெஞ்சைப் பிளப்பேன்! உன்னை என் மகன் என்ற காரணத் தினால் நான் மன்னிக்கவில்லை; பொதுமக்களின் இளவரசன் என்ற காரணத்தினால் உன்னை ஒருமுறை எச்சரிக்கிறேன். ஆரியர் அயோக்கியத்தனத்திற்குக் கட்டுப்பட்டாயா? தமிழ் ரத்தத்தை உகுத்தாயா? என் எதிரில் நீ சொல்லிய வார்த்தை யின் பொருளென்ன? உனது சொந்த நாட்டு மக்களுக்கு விரோதமாக ஆரியப் பேடிகளின் சார்பில் நான் இருப்பேன் என்று சொன்னதாகவல்லவா முடிகிறது உன் கருத்து? "நாராயணன் நாமம் வாழ்க" என்றாய். நாராயணன் என்ற பதத்தால் நீ குறிக்கும் மனிதன் யார்? அல்லது ஒரு சக்தியுள்ள பொருளானால் அப்பொருள் எது? மூடனே! மறைந்திருந்து வஞ்சகர் சூழ்ச்சியால் காரியத்தைச் செய்வதையே தொழிலாக உடைய ஆரியர்களுடைய காப்பாளனாக எண்ணப்படும் நாராயணன் என்ற பொருள் அல்லது உருவம் அல்லது மனிதன் எங்கே? ராஜவிஸ்வாஸப் பிரமாணம் செய்யவேண்டிய இடத்தில் அர்த்தமில்லாத வார்த்தையை உபயோகித்துச் சபையின் மனத்தைப் புண்படுத்தினாய்! எவனிடம் உனது பாசாங்கும் உனது கூட்டத்தார்களான ஆரியப் பாதிரிகள், ஆரிய ஜனங்கள் இவர்களின் அட்டகாசமும் செல்லாதோ அப்படிப்பட்ட என்னிடமா உன் வரிசையைக் காட்ட வந்தாய்?

மந்திரி: அப்பா! நீ வாய் தவறிக் கூறியிருக்கலாம். அது பற்றிக் கவலையில்லை. "இரணிய நாமத்தை

வாழ்த்துகிறேன்'' என்று இப்போதாவது சொல்லிவிட்டு அமர்வாயாக.

அரசர்கள்: ஆம்! ஆம்! அப்படியே செய்யலாம்.

பிரகலாதன்: நான் வாய் தவறிச் சொல்லவில்லையே! ஸ்ரீமந் நாராயண நாமத்தையே நான் மீண்டும் வாழ்த்துகிறேன்.

(உடனே லீலாவதி ஓடி பிரகலாதனை அணைத்துக் கெஞ்சிய முகத்துடன்)

லீலாவதி: அருமைப் பாலா! ஆசைக்கொரு மகனே! என் குலவிளக்கே! நீ என்ன வார்த்தை மறுபடியும் கூறினாய்? பயனற்றதும் அர்த்தமற்றதுமான இவ் வார்த்தையைக் கூறுவ தன் மூலம் ஏன் பெருங்குழப்பத்தை உண்டாக்குகின்றாய்? உன் தந்தையின் கோபத்தைப் பெருக்காதே! சக்கரவர்த்தியும் உனது அருமைத் தந்தையுமான ஒருவருக்கு வாழ்த்துக்கூற என்ன தடை? உனக்கு அடாத வார்த்தையைப் போதித்தவர் யாரப்பா?

பிரகலாதன்: அம்மா! சர்வ லோகத்தையும் அவற்றிலுள்ள எல்லா உயிர்களையும் சிருஷ்டித்தவன் எவனோ, நினைத்த மாத்திரத்தில் எவற்றையும் அழிக்க வல்லவன் எவனோ, எவ்வுயிர்க்கும் உணவு தந்து காப்பவன் எவனோ அந்த ஸ்ரீமந் நாராயணன் நாமமே வாழ்த்தத் தகுந்தது!

இரணியன்: *(தனது வாளை உருவிக் கொண்டு)* அடா மசகமே என்ன சொன்னாய்?

[பிரகலாதனை நெருங்குதல்]

லீலாவதி: *(தடை செய்கிறாள்)* நாதா! சிறுவன் அறியாது சொன்னான். திருந்துவான். *(பிரகலாதனைப் பார்த்து)* அப்பா! பொது மக்களும் அரசர்களும் போற்றும் சக்கரவர்த்திக்கு உன்னால் அவமானம் ஏற்படலாமா? யோசித்துப் பார்! *(இரணியனிடம்)* நாதா! இன்று போகட்டும். நாளை இவ்வைபவத்தை வைத்துக் கொள்ளலாம். அதற்குள் நான் பிள்ளைக்குத்தக்கது சொல்லித் திருத்திவிடுகிறேன்.

மந்திரி: பெருமானே! அவ்வாறே செய்து பார்ப்போம்.
அரசர்கள்: அவ்வாறே செய்து பார்க்கலாம்.

[அரசனை வணங்கிப் போதல்]

காட்சி - பனிரெண்டு

இடம் : அரண்மனையின் ஒருபுறம்

உறுப்பினர் : பிரகலாதன், சித்ரபானு, சேனாதிபதி, சேவகர்.

(சித்ரபானு பிரகலாதன் ஆசனங்களில் அமர்ந்தபடி)

பிரகலாதன்: கண்மணி! சித்ரபானு! திடீரென்று இங்கு யாராவது வந்து விடக் கூடும். ஆதலால் நீ உனது ஆடையைத் தரித்துக் கொள். இச்சமயத்தில் நமது ரகசியம் வெடித்துவிடக் கூடாது. நேற்று நீ ராஜ சபையில் ஆணுடைதரித்துக் கொண்டு வீற்றிருந் தாயல்லவா? அப்போது உன் உருவம் ஓர் அரசிளங் குமரன் உருவமாகவே தோன்றிற்று. அப்போது நான் ஒரு பெண்ணாக இருந்தால் என்பாடு என்னாவது?

சித்ரபானு: நான் தங்களை முதலில் பார்த்தபோது நான் என்ன ஆனேனோ அதுதான் ஆகும்.

பிரகலாதன்: அடி மயிலே! ஆசைக்குயிலே! நேற்று ராஜ சபையில் நான் ராஜ விசுவாசப் பிரமாணம் செய்யாததால் என் தந்தை ஓங்கிய வாள் என்மீது பட்டிருந்தால் என் கதி என்ன ஆவது? உன்னை விட்டுவிட்டு இறந்துதானே போகவேண்டும்.

பாட்டு

"என்ன விலை வேண்டும்" என்ற மெட்டு

ப்யாக் - ஏகம்

சித்ரபானு:

விரல் பட்டிருந்தாலன்றோ தெரியும் – என்
பட்சமுள்ள தங்கள் மீது சக்கரவர்த்தியின் கை (விரல்)
பட்டாளத்து வீரர்கள் பார்த்த கண் பார்த்தபடி
எட்டுத் திசை சூழ்ந்திருக்க ஏற்படுத்தி வைத்தோமே (விரல்)

அருகிலுமக் குந்துணையாகவே ஆரியர்
உருவிய கத்தியோடும் உலவியே இருந்தார் (விரல்)
மந்திரத் தினாலும் உமை மகரிஷிகள் சூழ்ந்தே எந்த வித
ஆபத்துமே ஏற்படாமல் காத்தனர் (விரல்)

சித்ரபானு: நாதா! உங்களுக்கு விஷயம் தெரியாது; இப்போது சொல்லுகிறேன் கேளுங்கள். உங்களுக்குச் சக்கரவர்த்தியால் ஏதாவது ஆபத்து நேரிடுமென்று கருதிச் சேனாதிபதியார் ஆயுத பாணிகளான தனது படை வீரர்களை ராஜ சபைக்கருகே தயாராகக் காத்திருக்கும்படி செய்தார். அந்தக் கட்டளையின் படி வில்வீரர் ஆயிரம் பேரும் வாள்வீரர் ஆயிரம்பேரும் மல் வீரர் ஆயிரம்பேரும் கவண்வீரர் ஆயிரம்பேரும் ஜாக்கிரதையாக இருந்தார்கள். ஆயினும் இச்சேனா வீரர்களை நானும் எனது ஆரிய ஜனங்களும் ஒரு பொருட்டாக எண்ணவில்லை. எங்கள் ஆரிய மகரிஷிகளின் ஏற்பாட்டைக் கேளுங்கள். உங்கள்மீது சக்ரவர்த்தியின் வாள் பட்டிருந்தால் வாள்

முறியுமேயன்றி உங்களுக்கு ஒருவிதக் கேடும் வந்திராது, சக்ரவர்த்தியின் கதி அதோகதிதான்.

பிரகலாதன்: பெண்ணே! உங்கள் மந்திரபலத்தை நம்பித்தானே இத்தனை பெரிய காரியத்தில் தலையிட்டேன். பெண்ணே! நீ உள்ளே போ! மாறுவேடம் தரித்துக் கொள். ஒரு புறமாக இரு.

சித்ரபானு: நீங்கள் என்னைவிட்டு எங்கே போகிறீர்கள்? உங்கள் தந்தை உங்களைக் காணவேண்டிய நேரம் இன்னும் ஆக வில்லையே!

பிரகலாதன்: அதற்காகச் சொல்லவில்லை. நீ இருப்பது தெரியலாகா தல்லவா?

[சித்ரபானு பிரகலாதனின் தனி அறையுள் போகிறாள்]

சேவகன்: (பிரகலாதனை வணங்கி) சேனாதிபதியார் தங்களைக் காண விரும்புகிறார்.

பிரகலாதன்: வரவிடு! வரவிடு!

சேனாதிபதி: இளவரசே! என்ன விசேடம்? உமது அன்னை உமக்குப் புத்தி சொன்னார்களா?

பிரகலாதன்: எவ்வளவோ சொன்னார்கள். என் புத்தியைக் கலைக்க முடியாது. அது கிடக்கட்டும். நான் உம்மைக் கண்டு கேட்க நினைத்திருந்த விஷயம் ஒன்று. கொலைக்

களத்திற்கு அன்று குற்றவாளிகளை நீர் அழைத்துப் போன போது நடந்த புதுமை என்ன? சோதியைக் கண்டீராமே!

பாட்டு

'சரசராணி கல்யாணி' என்ற மெட்டு

ஆதி

சேனாதிபதி:

சோதி ஏது தெய்வமேது? சொல்லும்
துதிக்கும் தேவராதி ஏது? - பரஞ்
(சோதி)
ஓதும் மோக்ஷ நரகமேது ? நல்
உலகை ஆரியர் கலகமே செய
உரைத்தனர் இதைவிடப் புனிதனிற் பரஞ்
(சோதி)
மேதினி மேல் மதவாத முண்டாக்கி
மேலும் கடவுளென்ற பயத்தையும் தேக்கிச்
சாதிச் சடங்குகளைத் தாங்கித்
தலையில் ஏற்றித் தம் நிலையை மாற்றிப் - பின் தமை
உயர்த்திடப் புரிந்தனர். அன்றிப் பரஞ்
(சோதி)

சேனாதிபதி: *எந்த சோதியை? உமக்கென்ன பயித்தியமா? ஆரியப் பாதிரிகள் சொல்லியபடி குற்றவாளியாகிய ஆரியர்களை விடுவிக்கவும். சக்கரவர்த்தியை ஏமாற்றவும் அவ்வாறு சொன்னேன்.*

பிரகலாதன்: *அப்படியா? பின் என்ன தான் நடந்தது?*

சேனாதிபதி: இதென்ன? பிறகும் அதென்ன என்கிறீரே! குற்றவாளி களை வீட்டிற்கு அனுப்பிவிட்டேன். என்னிடமிருந்த நான்கு கொலையாளிகளும் இதைச் சக்ரவர்த்தியிடம் சொல்லிவிடக் கூடும் என்று நினைத்து அவர்களை வெட்டிவிட்டேன்.

பிரகலாதன்: இவ்வளவுதானா?

சேனாதிபதி: வேறென்ன இருக்கமுடியும்?

பிரகலாதன்: ஏன் அப்படிச் செய்தீர்?

சேனாதிபதி: இதென்ன இப்படிக் கேட்கிறீர்? எல்லாம் உம் பொருட்டுத்தானே! உம் நலத்துக்காகவே ஆரியப் பாதிரிகள் சொல்லியபடி செய்தேன். சக்கரவர்த்தி தயை எனக்கு எதற்கு? உம் தயையல்லவா சாஸ்வதம்.

பிரகலாதன்: சேனாதிபதி! நான் உமக்கு நன்றி கூறுகிறேன் ஆனால் அன்று நடந்ததில் தெய்வாம்ரம் ஒன்றுமேயில்லையா?

சேனாதிபதி: *(நகைத்து)* இளவரசே! நன்றாகக் கூறவேண்டுமென்றால் அன்று உமக்காக நான் நடத்தியது புரட்டே. புரட்டின் பேர் தெய்வாம்சம் என்றால் பொருத்தமாகத்தானிருக்கும்.

[சேவகன் ஒருவன் அங்கு வந்து முதலில் சேனாதிபதியையும் பின்பு இளவரசையும் வணங்கி நிற்றல்.]

சேனாதிபதி: என்ன காரியமாய் வந்தாய்?

சேவகன்: சக்ரவர்த்தியார் இளவரசரை அதி சீக்கிரம் அழைத்து வரக் கட்டளை பிறப்பித்துள்ளார்.

பிரகலாதன்: நேற்றைய வரையில் ஒன்றும் மாற்றம் இல்லை. ராஜ விஸ்வாஸப் பிரமாணம் செய்யும்படி என்னைக் கட்டாயப் படுத்துவதில் பயனில்லை என்று சொல்!

சேனாதிபதி: சேவகா இங்குவா! நான் இங்கு இருப்பதாக எவரிடத் திலும் சொல்லாதே! ஜாக்கிரதை!

சேவகன்: அப்படியே (வணங்கிப் போதல்)

பிரகலாதன்: (சேனாதிபதியை நோக்கி) நீங்கள் இன்னும் சற்று நேரம் இங்குத் தங்க உத்தேசம் போலும்!

சேனாதிபதி: ஆம் தாமதிக்க வேண்டியிருக்கிறது. நான் இங்கிருப் பதால் தங்களுக்கு இடையூறு ஒன்றுமில்லையே?

பிரகலாதன்: *இல்லை, இல்லை, இல்லை, இந்நேரம் என் தந்தைக்கு சேவகன் சேதி சொல்லியிருப்பான்; அவர் அடிபட்ட பாம்பு போல் சீறுவார்.*

சேனாதிபதி: *என்ன நடக்கிறதென்று பார்ப்போம்.*

[நான்கு சேவகர்கள் இரும்புச் சங்கிலியுடன் பிரகலாதனிடம் வருகிறார்கள். சேனாதிபதிக்கு முதலில் மரியாதை செய்து நிற்கிறார்கள்.]

சேனாதிபதி: *என்ன விசேக்ஷம்?*

சேவகர்கள்: *தலைவரே! இளவரசரை இச் சங்கிலியால் கட்டி இழுத்துவரச் சொன்னார் சக்ரவர்த்தி,*

பிரகலாதன்: *பார்த்தீர்களா நான் சொல்லியதுபோல் நடந்தது!*

சேனாதிபதி: *அப்படியா? போர்ச் சேவகர்களே! இப்படி வாருங்கள் ஒரு விஷயம். நான் உங்கள் தலைவன். நான் சொல்கிறபடி நீங்கள் செய்ய கடமைபட்டிருக்கிறீர்களல்லவா?*

சேவகர்கள்: *தாங்கள் சொன்னபடி செய்ய தடை ஒன்றும் இல்லை!*

சேனாதிபதி: *சக்ரவர்த்தியிடம் ஆச்சரியத்தோடும், பரபரப் போடும் என்னசொல்ல வேண்டும் தெரியுமா?*

"சங்கிலியால் இள வரசரைக் கட்டினோம் சங்கிலி பொடிப்பொடியாக உதிர்ந்து விட்டது. பிறகு நெருங்க முடியவில்லை. அக்கினி சுவாலை வீசுகிறது. நாங்கள் பயந்து ஓடிவந்துவிட்டோம்" என்று தைரியமாகச் சொல்லவேண்டும். சங்கிலியை இங்கேயே போட்டுவிட்டுப் போய்விடுங்கள்.

சேவகர்கள்: *அவ்வாறே (போகிறார்கள்)*

சேனாதிபதி: *(அவசரமாக) இளவரசே! இனித் தாமதிக்கலாகாது.*

இனிச் சக்கரவர்த்தி கோபாவேசத்துடன் இங்கு வரக்கூடும். நாம் தக்க ஏற்பாட்டோடு இருப்போம் உமது உயிருக்கு ஏதாவது தீமை ஏற்படும் இதோ வருகின்றேன்.

[சேனாதிபதி ஓடுகின்றான்.]

காட்சி - பதிமூன்று

இடம் : *அரண்மனையின் ஒருபுறம்*

உறுப்பினர் : *ஆரியர்கள், காங்கேயன், சேனாதிபதி.*

சேனாதிபதி: *நீங்கள் அனைவரும் ஆயுதபாணிகளாகப் பிரகலாதன் தனியறையைச் சார்ந்த பல பக்கங்களிலும் பதுங்கியிருங்கள்.*

மகரிஷி: இரணியன் இச்சமயம் பிரகலாதனிடம் கோபமாய் வரக்கூடும். ராஜவிசுவாசப் பிரமாணம் செய்யும்படி கட்டாயப் படுத்தக் கூடும். மேலும் அந்த இரணியன் ஸ்ரீமந் நாராயண மூர்த்தியைப் பற்றியும் இகழ்ந்து பேசுவான். அச்சமயம் திடீரென்று அவன் மேற் பாய்ந்துவிடவேண்டும். காங்கேயா! நமது காரியத்தை நாமே செய்ய வேண்டும். இதோ! இந்தச் சிங்கத்தோலைப் போர்த்திக் கொள். பயப்படாதே, சேனாதிபதி உடன் இருக்கிறார். சக்கரவர்த்தி என்னமோ மிக்க கலக்க மடைந்தேயிருப்பான். சேனாதிபதியவர்களே! தாமதிக்கா தீர்கள். இதோ வந்து விட்டோம்.

[சேனாதிபதி, பிரகலாதன் அறையை நோக்கி ஓடுகிறான். உடனே சித்ரபானு தனது ஆணுடையுடன் அங்கே ஓடி வருகிறாள்.]

சித்ரபானு: *(தனது கூட்டத்தாரை நோக்கி)* சேனாபதியையும் அதே நேரத்தில்

ஒழித்துவிடவேண்டும். ஆரியர் விஷயத்தில் அவனுக்குச் சிறிதும் நம்பிக்கையில்லை, நமது சூழ்ச்சி அனைத்தும் அவனுக்குத் தெரியும். அவனை விட்டு வைத்தால் நமக்கு அவனாலும் ஆபத்து நேரிடும். சக்கர வர்த்தியிடமிருந்து சேவர்கள் அடிக்கடி வந்து போவதால் இளவரசருடன் நெருங்கவோ, அல்லது சேதி தெரிவிக்கவோ முடியாததால் நான் அவசரமாக ஒரு கடிதத்தை எழுதி இளவரசனிடம் கொடுத்துவிட்டு வந்திருக்கிறேன். அக் கடிதத்தில் “இதே சமயத்தில் சேனாபதியே ஒழித்து விட வேண்டும்" என்று விவரமாய்க் குறிப்பிட்டிருக்கிறேன், சீக்கிரம் நாம் போகவேண்டும்.

[அனைவரும் பிரகலாதன் தனியறையைச் சார்ந்த பல பக்கங்களிலும் ஓடி ஒளிந்து கொள்ளுகிறார்கள்.]

காட்சி - பதினான்கு

இடம் : கொலு மண்டபம்.

உறுப்பினர் : இரணியன், மந்திரி, சேவகர்கள்.

போர்வீரர்கள்: *(இரணியனை வணங்கி)* பெருமானே! நாங்கள் இளவரசைக் கட்டினோம். இளவரசர் கட்டுப்படவில்லை ஏதேதோ பேரைச் சொல்லுகிறார். எங்களை ஒருவித அக்கினி ஜ்வாலை நெருங்கவிடவில்லை. இனி நெருங்கினால் நாங்கள் வெந்து போவது நிச்சயம்.

பாட்டு

'அடடா ரதத்தை நிறுத்தடா'என்ற மெட்டு

மோகனம் - அட சாபு

இரணியன்:

சீச்சீ - அறிவேன் உங்கள் சூழ்ச்சியை உம்மால்
அசைக்க முடியுமோ என் ஆட்சியை
குறியற்ற ஆரியர் கூட்டத்திற் சேர்ந்தின்று
கொட்ட மடிப்பதும் நித்தமும் கட்டளை முற்று
மறுப்பதும் (அறி)

இறையவன் என்னையோ வெறுப்பது? சொந்த
இனத்தவர் வேரையோ அறுப்பது?
மறைமுகமாய் என்னை வஞ்சிக்க எண்ணிடும்

மடையன் கடையன் தன்னை விடவும் படுமோ? சற்றும் (அறி)

இரணியன்: *(கோபத்துடன் ஆசனத்திலிருந்து குதித்து) வஞ்சகர்களே நானறிவேன் உங்களை! மந்திரி! இதோ நானே சென்று அவனை இழுத்து வருகிறேன்*

[கத்தியை உருவிக்கொண்டு ஓடுகிறான்.]

காட்சி - பதினைந்து

இடம் : பிரகலாதன் தனியறை,
தனியறையைச் சேர்ந்த இடங்கள்.

உறுப்பினர் : பிரகலாதன், லீலாவதி, இரணியன், சேனாதிபதி, ஆயுதபாணிகளாகிய ஆரியர், ஆணுடை பூண்ட சித்ரபானு, சிங்கத் தோல் போர்த்த காங்கேயன்.

பாட்டு
(தன்யாசி - ஆதி)

லீலாவதி:

நாளும் சுமந்துபெற்ற காளையை வெட்டவோ நீர்
வாளைச் சுமந்தீர் துரையே
தாளைப் பிடித்தேன் நானே தமிழ் மக்களின் கோமானே
கோளோ இதென்ன கொள்ளை குளறினான் சிறுபிள்ளை
(நா)

இரணியன்:

(உருவிய வாளுடன் கோபமாய் ஓடிவந்து பிரகலாதனை இடதுகையால் இழுத்து]

பெற்றவனைத் தின்னவந்த நரிக்குட்டியே! என்ன சொன்னாய்?

[வாளை ஓங்குமுன் லீலாவதி ஓடிவந்து வாளைப் பிடித்துக் கொள்ளுகிறாள். இரணியன் சிறிது யோசித்தல்]

பாட்டு

லீலாவதி:

தந்தை மனது நைந்தே தவித்தார் கோபம் எழுந்தே
மைந்தா என் குலக்கொழுந்தே உன்

புத்தி தடுமாறிற்றோ (நீ) புனையும் முடிக் காபத்தோ?
இந்த விதம் வருந்த (உனக்கு) எவரிட்ட மருந்தோ.
(நா)

லீலாவதி: *பிராண நாதரே! தாங்கள் பெற்ற பிள்ளையல்லவா (பிரகலாதனிடம்) அப்பா எவரிட்ட மருந்தி னால் நீ சித்தங் கலங்குகிறாய்?*

பிரகலாதன்: *மனிதரிட்ட மருந்தல்ல! ஸ்ரீமந் நாராயணனிட்ட மருந்துதான் அம்மா!*

(விருத்தம்)

இரணியன்:

ஆராயும் அறிவுமின்றி அன்பின்றி உண்மையின்றிச்
சீரேதுமின்றி வந்த சிறுநாய்கள் ஆரியர்க்கே

நேரான அடிமையேகேள், நீசதா உரைக்கும் அந்த

நாராயணன் தான்எங்கே நான்காணக் காட்டுவாயே.

இரணியன்: *அட வஞ்சகனே! ஆரியப் பேடிகளின் அடிமையே! நீ சொல்லும் நாராயணன் எங்கேயிருக்கிறான் காட்டுவாயா?*

பிரகலாதன்: *அவன் எங்குமிருப்பான். இதோ இருக்கும் தூணிலு மிருப்பான், துரும்பிலுமிருப்பான்.*

இரணியன்: *(கோபத்தால்)* இந்தத் தூணிலுமா? *(என்று தூணை உதைத்தல், உடனே சிங்கத்தோல் போர்த்திருந்த காங்கேயன் சிங்கத்தோல் போர்த்தபடியே தூணுக்குப் பின்புறமாக இருந்து இரணியனை நோக்கி)*

காங்கேயன்: அடா! நாராயணன் நாமமே! எமது பக்தனை ரக்ஷிக்கவும், உன்னை சிக்ஷிக்கவும் தூணிலிருந்து ப்ரஸன்ன மானோம்.

இரணியன்:

(இதற்குள் ஆயுதபாணிகளாக இருந்த ஆரியர் இரணியனுக்குப் பின்புறமாக நெருங்குதல்.)

[பின்புறமாக நெருங்கி வரும் ஆரியர்களையும் எதிரில் நாராயணன் என்று சொல்லிக்கொண்டு இருக்கும் உருவத்தையும் கவனித்து கடகட வென்று இடி இடிப்பதுபோற் சிரித்து நாராயண உருவத்தை பார்த்து]

அடே! நான் தூணை உதைத்தேன். நாராயணனாகிய நீ வந்தாய்! உன்னை உதைத்தால் உன்னிடமிருந்து தூண் வெளிவருமா என்று பார்க்கிறேன்!

[என்று சொல்லி காங்கேயனை உதைத்தல். உடனே சிங்கத்தோல் கழன்று சிறிது தூரம் போய் விழுகிறது. காங்கேயன் பெருஞ் சத்தத்துடன் விழுந்திறத்தல். இதற்குள் பின்னாலிருந்த ஆரியர்கள் அனைவரும் ஓடிவந்து முதுகில் குத்திவிடுதல். இரணியன் முடிவுறுதல்)

***லீலாவதி**: ஆ!*

[இரணியன் கையிலிருந்த வாளைத் தூக்கி தற்கொலை செய்து கொள்ளல்]

சித்ரபானு: *அண்ணா!*

[என்று காங்கேயன் மேல் விழுந்து அழ ஆரம்பித்தல்]

***ஆரியர்:** நாராயண! நாராயண! நாராயண!*

[சேனாதிபதியைக் கொல்லப் பிரகலாதன் முனைகிறான்]

சேனாதிபதி: *(எதிர்த்து)* உன் தந்தையைக் கொன்றதுமல்லாமல் என்னையும் கொன்று பட்டம் கட்டிக்கொள்ள நினைக்கிறாயா?

(என்று பிரகலாதனைக் கொல்லுதல். அவன் மறைந்ததும் அவன் இடையில் இருக்கும் கடிதம் தெரிகிறது. அதை எடுத்துப் படிக்கிறான்.)

கடிதம்

எனது ஆசைப் பிராண நாதரே! நான் தங்களை மணந்த நாளாக என்னை எப்படியாவது கைப்பற்ற வேண்டும் என்று சேனாதிபதி முயற்சி செய்வதோடு தங்களையும் ஒழித்து இந்த அரசாட்சியையும் கைப் பற்ற

எண்ணியிருக்கிறார். இதே சமயத்தில் சேனாதி பதியையும் ஒழித்துவிடவேண்டும்.

தங்கள் நாயகி,

சித்ரபானு.

ஆஹா! என்ன ஆச்சரியம்! என்னையும் ஏய்த்தாளா! என்னைக் கொலை செய்யவும் சதி செய்தாளா?

[சுற்றுப்புறமாகப் பார்க்கிறான். காங்கேயன் சமீபத்தில் யாரோ அண்ணா என்று அழுவதைக் கவனிக்கிறான். சித்ரபானுவின் ஒரு பக்கத்து மீசை விழுந்துவிட்டதால் சந்தேகித்து அவள் ஆணுடையைக் களைகிறான். கழுத்தில் தாலியுடன் சித்ரபானுவைக் கண்டதும்...]

பிரகலாதன் கட்டிய தாலியா இது? என்னைக் கொல்லும்படி ஏவிய கடிதமா இது?

[சித்ரபானுவைக் குத்திக் கொல்லுதல். அச் சமயம் ஆரியர் பயந்து ஓட்டம் பிடித்தல். சேனாதிபதி கையிற் கட்டாரியுடன் அங்குள்ள அலங்கோலக் காட்சியைக் கண்டு நிதானித்து.]

என்ன காரியம் செய்தேன்? முதலில் நான் சித்ரபானு என்னும் இச் சண்டாளியின் அழகில் ஆசையுற்றேன். அவள் அழகானது வஞ்சக ஆரியர் சூழ்ச்சிக்கு வாசற்படி என்பதை நான் கருதாமற் போனேன். அதனால் அவள் வலையிற் சிக்குண்டேன். பிறகு அவள் வார்த்தைக்குக் கட்டுப்பட்டேன். அவள் என்னைத் தன் கையில் அடக்கிக்

கொண்டாள். இந்த ராஜ்யத்தை எனக்குப் பட்டம் சூட்டுகிறேன் என்று சொன்னதினாலும், என்னைத் திருமணம் செய்து கொள்ளுகிறேன் என்று ஆசை காட்டியதாலும் அவள் கருத்தின்படி காரியம் செய்யவும் ஆரம்பித்தேன். இதற்கிடையில் என்னுடைய உதவி யிருப்பதைப் பிரகலாதனுக்கு தெரிவித்து அவனை மணஞ் செய்து அவனுடைய உதவியையும் சம்பாதித்தாள், இதெல்லாம் எதற்கு? தமிழர் ஆதிக்கத்திற்கே உலை வைப்பதற்கல்லவா? ஆரியச் சிறுக்கி யின் வஞ்சம் தெரிந்தும் நான் அவள் சொற்படி நடந்தேன். சக்ரவர்த்தி இறந்தார். பட்டமகிஷி இறந்தாள். அவர்களின் உடல் ரத்தச்சேற்றில் மிதக்கின்றனவே! இத்தனைக்கும் நான் காரணனானேனே! என்ன காரியம் செய்தேன்? அந்தோ என்ன காரியம் செய்தே!.

(அதிசோகம்)

[குத்தப்பட்டுக் கிடக்கும் இரணியனைப் பார்த்து]

அந்தோ பெருமானே! பெருமக்களின் கோனே! நானே உன் வீழ்ச்சிக்குக் காரணன் ஆனேனே. இந்நாட்டின் பழந்தமிழர் ஆதிக்கத்தின் காவலனே!. ஆரியர் சூழ்ச்சியை விலக்கும் நாவலனே! வையகம் நிலை குலைந்தாலும் மனோ நிலை குலையாத மறத்தமிழ் வீரா! உதாரா! பார்வாய்ந்த மன்னர் தொழும் பேர் வாய்ந்த மலைப் புயனே! என் குலப்பயனே! உன்னுயிர் முடிந்துவிட்டதா? அந்தோ! சாயா இமயமலை போன்ற உன் உடல் சாய்ந்ததா? தமிழர் சலுகை தீர்ந்ததா? ஆரியர் நடுங்க விழிக்கும் விழிமூடிற்றா? அண்ணலே! எங்கள் பழம் பெருமை ஓடிற்றா?

உலகமெல்லாம் கட்டியாண்ட உன் பெருவாழ்வு பொடி பட்டதா? அந்தோ! தமிழர் கோட்டை பிடிபட்டதா? நேரிய முறையில் எதிர்ப்பதெனும் தமிழத் தன்மையை பெரிதாக நினைத்தாய்! உன் ஆவியைச் சிறிதென மதித்தாய்! அப்பனே! உனது தமிழ்த் தன்மைக்கு உன் ஆவியைச் சமர்ப்பணம் செய்தாய்! மறைந்திருந்து திடீரென்று சூழ்ந்த ஆரியரை நீ நகைத்தாய்! வஞ்சகர் ஆயுதந் தாங்கி உன் முதுகின் புறத்திற் சூழ்ந்து கொண்ட போதும் உன் உயிரை மதியாமல், சிங்கத் தோல் போர்த்த பேடியை நோக்கி "தூணை உதைத்தேன் நாராயணன் வந்தான்; நாராயணனை உதைத்தால் தூண் வெளிப்படுமா?" என்று கூறி நகைத்து - நகைச்சுவைக்கு இலக்கியம் சேர்த்தாய்! ஆரியர் பொய்யை, கடவுள் பூச்சாண்டியை உடைத் தெறியும் பணியை உன் உயிர் போகும் நேரத்திலும் மேற்கொண்டாய்!

அண்ணலே! மறந்தாயா! இனி உன் வீரப் பெரும் பேச்சை எங்குக் கேட்பேன்? வீரப்பார்வை யாரிடம் உண்டு? தமிழ் வளர்த்த தமிழா! தமிழறிந்த தமிழா! தமிழரைக் காத்த தமிழா! தமிழ் மக்கட்கு இடையூறு நேர்ந்தால் இனி யாரிடம் முறையிடுவது? அந்தோ! பேடித் தனம் நிறைந்த ஆரியர் உன்னைப் பின்னிருந்து குத்தியதை இந்தப் பாவி பார்த்தும் சும்மாவிருந்தேனே! இந்தப் பாழும் தோள்கள் சும்மா இருந்தனவே! இதன் பொருட்டு நான் எனக்கு இடும் தண்டனை என்ன? இந் நாட்டிற்கு நான் அரசனாக அமைவது தானா? அந்தோ! "சக்ரவர்த்தியைக் கொன்றதுமல்லாமல் அவன் ராஜ்ஜியத்தையும் ஒப்புக்கொண்டான்" என்ற பழியை நான் ஏற்றுக் கொள்ளலாமா?

ஏ தமிழ்ப் பெருமக்களே! எனக்குத் தண்டனை இடுங்கள்! ஆரியரை நம்பாதீர்கள்! உங்கள் அறிவை, உங்கள் ஆண்மையை ஆரியரின் சூழ்ச்சியில் எள்ளத்தனையும் ஈடுபடுத்தாதீர்கள்! ஆரியர்களை அகற்றுங்கள். தமிழர் நாட்டைத் தமிழர் நாடாக்குங்கள்! உங்கள் சக்ரவர்த்தி உங்களுக்காக மாண்டான். ஆரியர் அக்ரமத்தி லிருந்து உங்களை மீட்கவே மாண்டான். அவன் மாண்டதற்கு ஆரியர் சொல்லும் வேதம், மந்திரம், கடவுள் அவதாரம் - காரணமே அல்ல, இவையனைத்தும் அயோக்கியர்களின் பொய்யுரைகள். அந்தோ! வீரத் தமிழன் மாண்டதற்குக் காரணத்தை – அவன் சரித்திரத்தை உண்மையாக எழுதவும் கவிஞர்கள் அஞ்சுவாரோ? இன்று வீரக்கனல் உகுத்த சக்ரவர்த்தியின் ரத்தத்தின் ஒவ்வொரு துளியும் இன்றைக்கில்லாவிடினும் ஒரு காலத்தில் வீரத்தமிழரை, சுய மரியாதையுடைய தமிழரை உண்டாக்கும் என்ற உறுதியோடு, இதோ, நான் விடைபெற்றுக் கொள்ளுகிறேன்! பிற்காலத் தமிழர்களிடம் நாட்டை ஒப்படைத்து நான் விடை பெற்றுக்கொள்ளுகிறேன்.

[கையிலிருந்த கட்டாரியால் குத்திக் கொண்டு இறத்தல்.]

★ ★ ★

www.ingramcontent.com/pod-product-compliance
Lightning Source LLC
LaVergne TN
LVHW051107051026
849532LV00004BB/1454
* 9 7 8 8 1 9 8 8 7 3 6 3 7 *